शोध जीवनाचा

डॉ. रोहिदास चव्हाण.

Made with ❤ on the Notion Press Platform

www.notionpress.com

अहोरात्र मोलमजुरी करून, 'विनाशिक्षण नाही जीवन' हा मंत्र देऊन आम्हाला घडवणाऱ्या गुरुतुल्य आई, अण्णा व मोठे बंधू अप्पा यांचे स्मृतीस समर्पित.

- रोहिदास

प्रस्तावना

कवी प्रा.अशोक बागवे

शब्द हा माणसाला लाभलेला ईश्वरी संकेत आहे या अनिकेत शब्द संकेताचे हृदयस्थ निकेतन करणे, हे शाब्दिक कलेचे मर्म आहे...!!

मना इतके मोठे विवर जगभरात कुठेही नाही. या मनविवरातून सुप्त भावनांचे धुमारे शुभ्रतम स्फटिकासारखे बाहेर उमलतात आणि त्या धुमाऱ्यावरची अम्लान फुले म्हणजे कविता होय...!!

एकेकाळी राज्यपालांचे डॉक्टर असलेले सोलापूर जिल्ह्यातील डॉक्टर रोहिदास चव्हाण यांचा दुसरा कवितासंग्रह "शोध जीवनाचा" या कवितासंग्रहाचा आस्वाद

घेताना मला असे जाणवले की कवी हा आत्मशोध करत आहे. आत्मशोधापेक्षा "आत्म-उत्खनन" करत आहे आणि त्या उत्खननात सापडलेले भावनांचे अवशेष तो शब्दांमध्ये स्थापित करत आहे. रोहिदास चव्हाण यांनी आपल्या कविता संग्रहामध्ये अनेक विषयांवर अशा प्रकारचे मनःपूत शिलालेख स्थापित केलेले आपल्याला जाणवतात...!

"काही केल्या जीवनाची

गोळाबेरीज मज जमेना

कसेही सोडविले तरी मोठ्या

शून्याशिवाय काही दिसेना..."

(जीवनाचे कोडे)

जीवन हे दुःसर आहे. "सुख पाहता जवा पाडे | दुःख पर्वताएवढे ||" या जीवनाची खोली कुणालाही अद्याप कळलेली नाही. जन्ममृत्यूच्या या पसाऱ्यामध्ये अनेक प्रसंग आपल्यावर येतात आणि त्याचा थांग आपल्याला लागत नाही. ते शब्दातून साकार करणे, हेच कवितेचे मर्म असते...!!

रोज मरतो आम्ही

का पुन्हा चढवता फासावरी...?

उभी हयात नागडे कुटुंब माझे

झोपतो रोज उपाशी घरी..."

(फासाची दोरी)

गरिबी हा शाप की वरदान हे अजूनही माणसाला कळलेले नाही; पण गरिबीच्या यातना भोगल्यावर जीवनाचे मर्म कळू लागते आणि त्यामुळे जगण्यासाठी रोज मरावे लागते, असे कवीला म्हणायचे आहे.

"उमगले ना कधी बंध नात्याचे

ना कळला अर्थ भावनांचा

वाटे सारेच गूढ जणू

अनगिनत पाकळ्या फुलांच्या..."

(बंध नात्याचे)

आयुष्यातील नातेसंबंधांचा गुणाकार, भागाकार करणे, हीच आयुष्याची बेरीज असते आणि त्यामुळे डॉक्टर रोहिदास चव्हाण यांच्या सर्व कवितांमध्ये असल्या नातेसंबंधांचा जीवनदर्शी शोध घेणे, हे त्यांच्या कवितेचे मर्म ठरते...!

कविता ही भावतरंगांचा कल्लोळ असतो. तो शब्दांकित करताना आपल्याला सचेतन ऊर्जा मिळत असते. या ऊर्जेचे सजग रूप म्हणजे कविता...! शब्दसाधना ही फार मोठी साधना आहे आणि यासाठी फकीर व्हावे लागते. जो निःसंग बहुल गोसावी असतो त्याच्या मनामध्ये उधाणलेले भावभावनांचे तरंग स्पष्टपणे जेव्हा कागदावर उमटतात; त्यावेळी त्यांना कवितेचा रूपाकार गवसतो...!

निसर्ग-प्रतिमांतून आपला अनुभव साकार करणे, हे सुद्धा डॉक्टर रोहिदास चव्हाण यांच्या शब्दसारणीत सहजगत्या अवतरते.

एकवटले ढग नदी दाटला काळोख

गुदगुल्या करी गार वारा

क्षणात टपकती मोत्यासम

शुभ्र पावसाच्या धारा..."

(माहोल आनंदाचा)

"करत गर्जना येती दुधाळ लाटा

भेटण्या किनाऱ्याशी

उभा बाहू पसरुनी देऊन आलिंगन

घेण्या कुशीत तयांशी..."

(सागर)

वाटे नदीसम वाहतो वेडा वाकडा

देण्या साथ जणू किनारा

सुखदुःखात देतो साथ राहुनी संग

पतंगास जसा दोरीचा सहारा

असुनी माहीत असंख्य चुका

अवगुण घेतो सामावून तोच अवलिया खरा...

(दोस्ती: एक मधुर काव्य)

जीवनाचा शोध घेणे हा मानवी संस्कृतीचा अविभाज्य असा भाग आहे. ज्या मातीत आपण जन्माला आलो, त्या मातीचा गुण आपल्या शब्दसारणीमध्ये नकळत उमटत असतो. त्याचे प्रत्यंतर "शोध जीवनाचा" हा कवितासंग्रह वाचत असताना आपणास येत राहते.

प्रत्येक कवितेचा अनुभव आणि त्याचे मर्म आधी गद्यांमध्ये त्यांनी विशद केले आहे आणि नंतर कविता दिल्या आहेत; त्यामुळे कवितेचा गाभा समजण्यासाठी मदत होते. अनेक विषयांवर कविता जरी असल्या तरी 'मानवता' हा या सगळ्या

कवितासंग्रहाचा प्राण आहे आणि नात्यांमधील संबंध, त्यांची विस्कटलेली वीण, एकाकीपण ही त्यांच्या कवितेची वैशिष्ट्ये आहेत...!

" डॉक्टर रोहिदास चव्हाण यांच्या कवितेच्या भविष्यकालीन वाटचालीसाठी माझ्या हार्दिक शुभेच्छा...!!

कवी प्रा. अशोक बागवे

मनोगत

"शोध जीवनाचा" हा दुसरा काव्यसंग्रह प्रकाशित करताना मला मनापासून आनंद होत आहे. ३० सप्टेंबर २०१४ रोजी मी सरकारी वैद्यकीय सेवेनंतर राज्यपालांचे भिषक या सर्वोच्च पदावरून राजभवन येथे सेवानिवृत्त झालो. सेवानिवृत्तीचे दिनी माझ्या पहिल्यावहिल्या काव्यसंग्रहाचे प्रकाशन महामहिम राज्यपाल श्री विद्यासागर राव यांच्या शुभहस्ते राजभवनात एका छोटेखानी कार्यक्रमात झाले. या काव्यसंग्रहाची खूपच वाहवा व कौतुक झाले. सेवानिवृत्तीनंतर मी ठाणे येथे शिफ्ट झालो. ३ डिसेंबर २००७ रोजी झालेल्या उजव्या पायाच्या अपघातामुळे व पायाला जखम असल्यामुळे परत नोकरी करण्यासाठी कुटुंबाकडून विरोध झाला. मी माझ्या जवळच्या परिसरात कन्सल्टींग फिजिशियन म्हणून कार्यरत राहिलो. सेवानिवृत्त झाल्याने व माझी पत्नी डॉक्टर शोभना (स्त्री रोग तज्ञ) म्हणून सरकारी सेवेत कार्यरत असल्याने घरातील कामे आपोआपच माझ्याकडे आली ती कामे करून मिळालेल्या वेळात मी माझा लेखणीचा छंद चालू ठेवला. मधुमेहाचा सौम्य स्वरूपाचा आजार निदर्शनास आल्याने प्रथमच सेवानिवृत्तीनंतर मला माझ्या प्रकृतीकडे लक्ष देण्यास वेळ काढावा लागला.

माझं मूळ गाव हळदुगे, सोलापूर जिल्ह्यातील एक छोटसे खेडेगाव. गावची लोकसंख्या फक्त २००० होती. गावकुसावर मागासवर्गीय घरामध्ये माझा जन्म झाला. आई वडील अडाणी होते. शेतावर मोलमजुरी करून मिळालेल्या पैशावर कुटुंबाचा उदरनिर्वाह चाले. घरामध्ये आई-वडील तीन भाऊ व दोन बहिणी असे आमचे कुटुंब होते. दिवसभर मोलमजुरी करून मिळालेल्या पैशाच्या मोबदल्यात रात्री शिधा गोळा करून उशिरा आम्हा पोटास मिळत असे. आई वडील स्वतः निरक्षर

असून देखील त्यांनी आम्हाला शिक्षणाची गोडी लावली. पोटाची भूक व पैशाची वानवा भल्याभल्यांना आपले निर्णय बदलण्यास भाग पडते. कितीतरी पालकांनी शाळा बुडवून नाईलाजाने आपल्या मुलांना मजुरीवर व सालाना जमीनदाराकडे ठेवून मिळालेल्या मोबदल्यात कुटुंबाचा उदरनिर्वाह करावा लागत असे. हे मी स्वतः पाहिले आहे. ती मुलं हुशार असूनदेखील शिक्षणापासून वंचित राहत. माझ्या आईवडिलांनी असंख्य अडचणी आल्या तरी एक ही दिवस शाळा बुडवू दिली नाही. ते रोज आम्हा नित्यनियमाने शाळेत पाठवत." आई-वडील हेच मुलांचे पहिले गुरू असतात". तेच आपल्याला योग्य संस्कार देतात. नकळत मुले पालकांचे अनुकरण करतात. त्यांनीच आम्हाला सत्याची कास धरून शिक्षणाची गोडी लावली. "शिक्षणाशिवाय जीवन नाही कठोर परिश्रम करण्याची जिद्द व स्वतःवर विश्वास आणि सातत्य असल्यास तुम्हाला तुमच्या ध्येयापासून कोणीही रोखू शकत नाही" हे त्यांनी आमच्या मनावर बिंबवले.

फिजीशियन म्हणून सरकारी सेवेत रुजू झालो. सलग २९ वर्ष महाराष्ट्रातील वेगवेगळ्या ठिकाणी आरोग्य सेवेत काम करताना अनेक उतार चढाव आले .जिल्हा स्तरावर रुग्णसेवा देताना मानवी आयुष्याकडे उघड्या डोळ्या ने सूक्ष्मपणे पाहण्याची मला सवय झाली. रुग्णसेवा देताना समाजातील चालीरीती, नाते संबंध व येणारे प्रसंग याचे बारकाईने निरीक्षण करू लागलो. शासकीय रुग्णालय उस्मानाबाद येथे असताना उस्मानाबाद व लातूर येथे पहाटे भूकंप झाला. आम्ही दोघे उस्मानाबाद सिव्हील हॉस्पिटल येथे असल्यामुळे भूकंपग्रस्त सास्तुर भागात प्रत्यक्ष वर्षभर हजर राहून सेवा देण्याची संधी मिळाली. भूकंप झाल्यानंतर सास्तुर येथे गेल्यावर निदारक दृश्य समोर आले. एखाद्या मोठ्या झाडाखाली पडलेल्या पालापाचोळ्या सम माती दगड व प्रेताचा खच पडला होता. हजारो माणसे घोळक्याने मातीच्या ढिगाऱ्यावर चढून प्रेताचे अंगावरील दागिने व मौल्यवान वस्तू

ओरबाडून लुटत होते. ते पाहून मन खिन्न झाले. माझी आत्या तरुणपणीच (वडिलांची बहिण) दोनही डोळ्याने आंधळी असल्यामुळे ती दिवसभर घरी असे. वडीलाचे तिच्यावर अफाट प्रेम होते. रोज सकाळी शाळा सुटून आल्यानंतर ती मला मांडीवर घेऊन उखाणे चुटकुले, उद्बबोधक कथा सांगून माणसाने आयुष्यामध्ये कसे वागावे, प्रसंगी कसा व्यवहार करावा याचे दाखले शिकवी. तिने दिलेल्या ज्ञानामृतामुळे माझा जीवनाकडे पाहण्याचा दृष्टिकोन समृद्ध झाला हे मला आग्रहाने नमूद करावेसे वाटते.

प्राथमिक व माध्यमिक शाळांना मिळालेल्या सुट्ट्यांमध्ये मी बकरी चारण्यासाठी शेतावर जात असे. बकऱ्यांना चरायला सोडून बांधावर उन्हामध्ये कथा कादंबऱ्या व कविता वाचत असे. तेथूनच वाचनाची आवड निर्माण झाली व मराठीचे साहित्य भांडार माझ्या परिचयाचे झाले. उन्हाळ्याच्या सुट्टीमध्ये बलुत गोळा करणे. पिकाची कापणी करणे, मासे पकडणे इ. कामे दिवसभर वडीलाबरोबर आम्ही करत असू. यामुळे वडिलांशी जवळून संबंध आला. त्यांचा जीवनाविषयीचा दृष्टिकोन, वागण्याची पद्धत तसेच नीती मूल्याचे कठोर पालन करण्याची सवय आपोआपच मी अंगीकारली.

मी माझे वैद्यकीय शिक्षण १९८५ ला पूर्ण करून महाराष्ट्र लोकसेवा आयोग परीक्षा उत्तीर्ण झाल्यानंतर मेडिकल ऑफिसर म्हणून उस्मानाबाद येथे रुजू झालो.मानवाचा संधी साधूपणा नाती इत्यादी गोष्टी प्रकर्षाने जाणवल्या. कधी कधी असं वाटू लागलं की मानवी जीवनाचा अर्थ काय? एवढं अनमोल सुंदर आयुष्य आपणास कसं मिळालं? कोणी दिलं खरंच आपण आनंदी जीवन जगतो का? आपला दुसऱ्याला काही फायदा होतो का? या गोष्टीचा मी विचार करू लागलो. आपल्याला एवढे सुंदर शरीर देऊन निर्मात्याने आपली निर्मिती केली पण त्या

निर्मितीला आपण सर्वस्व मानले. कवटाळून बसलो; त्याचा गर्व करून आपण मनाप्रमाणे वागू लागलो. असे न करता ज्याने आपली निर्मिती केली त्याची उपासना करून आपण विश्वामध्ये सुख शांती, सदाचार व सहकार्याची भावना अंगी बाळगून सर्व मानव जातीचा सर्वांगीण विकास करण्याचा प्रयत्न करायला हवा असे मला मनोमन वाटते. भूकंपामध्ये मानवी प्रवृत्ती, संधी साधूपणा, व प्रत्येक गोष्टीची हाव या गोष्टी प्रकर्षाने जाणवल्या. भूकंपग्रस्त भागांमध्ये मूलभूत गरजाची जाणवलेली उणीव व त्याचे महत्त्व 'भूकंप' तसेच 'घोटभर पाणी' या कवितेद्वारे अधोरेखित केले आहे.

वैद्यकीय सेवेव्यतिरिक्त माणसाच्या मूलभूत गरजा व सामाजिक विकास, पुनर्वसन, सुसंवाद या देखील सेवा तितक्याच महत्त्वाच्या असल्याचे मला जाणवले. डोक्यात विचाराचे वादळ घोंगावू लागले. सजीवांपैकी फक्त माणसालाच निर्मात्याने जाणिवेची संवेदना दिली आहे तिचा पुरेपूर वापर करून त्याचा उपयोग मानवी प्रगती व विश्वकल्याणासाठी करावा. मनी परोपकाराची भावना ठेवावी असे मला वाटते. जीवनाची वाटचाल करत असताना अनुभवलेल्या प्रत्यक्षदर्शी विविध मानवी कंगोऱ्याचे प्रत्यक्ष निरीक्षण करून त्यातून जीवनाचा शोध घेतल्यानंतर कवितेद्वारे त्यावर प्रकाश टाकण्याचा मोह मला झाला. कविता करायची म्हणून करता येत नाही, ती प्रथम मेंदु मध्येच स्फुरावी लागते. मेंदूतून ती हृदयात उतरते. हृदयातून पोटात, पोटातून ओठावर शब्दरूपाने वाहते. शब्दांचे संकलन झाल्यावर कविता बनते.

मागील काही वर्षापासून कोरोना या आजाराने थैमान घातले आहे. सुरुवातीच्या काळातील त्या आजाराचे स्वरूप व उपचार पद्धती याविषयी सारेच अनभिज्ञ होते. स्वतःला प्रगत म्हणून मिरवणारे सारे देश हतबल झाले होते.

जगातील सारे आर्थिक व्यवहार व दळणवळण ठप्प झाले होते. सर्वजण बंद दरवाजाआड मास्क लावून लपून बसले होते. अशा परिस्थितीमध्ये स्वत: डॉक्टर असल्यामुळे मी माझ्या मनातील भावना व डॉक्टरची हतबलता शब्दा द्वारे प्रगट केल्या आहेत. खरंच! कविता म्हणजे काय हो? तो एक शोध असतो स्वमनाचा व बाह्य विश्वाचा. कवितेमुळे मला जगण्याची उभारी मिळाली व माझे आयुष्य सावरले असेच म्हणावे लागेल.

माझे सासरे माननीय श्री. गोपाळराव पवार यांनी मला अपघात काळात खुपच मदत केली. अपघात झाल्यापासून ते सेवानिवृत्त होईपर्यंत ते सावली सारखे माझ्या समवेत उभे राहिले. सतत प्रोत्साहन दिले. राजभवनला हजर होण्यासाठी जातानाचे त्यांचे गाडीतील बोल अजूनही मला आठवतात. ते म्हणाले होते,"आता अपघात, काठी वगैरे सर्व काही विसरा, मिळालेल्या संधीचं सोनं करा, कविता लिहा, आत्मचरित्र लिहा तुमचं लिखाण निश्चितच नवीन पिढीसाठी प्रेरणादायी राहील. तुम्ही लिहू शकता कारण तुमचं मन हे संवेदनशील असून तुम्हाला परिस्थितीची जाणीव आहे" हे त्यांचे शब्द मला आजही आठवतात म्हणून मी त्यांचा खूप ऋणी आहे. माझी पत्नी डॉक्टर शोभना (स्त्री रोग तज्ञ) हिने संकटकाळी सावली सारखी उभी राहिली. शासकीय नोकरी करत कुटुंबाचे रक्षण केले. वेळोवेळी मी लिहिलेल्या कविता ऐकून मला प्रोत्साहन दिले. मला तिच्या सदैव ऋणात राहणे आवडेल. माझा मोठा मुलगा अक्षय हा टीसीएस मध्ये असून त्याची तांत्रिक सहाय्य, मुद्रीता तपासणी तसेच संकलन यामध्ये मला लाख मोलाची मदत झाली. माझी मोठी सून डॉक्टर केतकी, लहान मुलगा डॉक्टर संकेत व त्याची पत्नी सौ. श्वेता यांनी तांत्रिक व वैचारिक सहकार्य करून मुखपृष्टा ची सुरेख मांडणी केली. त्यांच्याविषयी कृतज्ञता व्यक्त करण्यास माझ्याकडे शब्द नाहीत. माझा नाशिकचा भाचा प्रथमेश

याने अत्यंत कुशलपणे पुस्तकाचे संकलन व स्वरूपन करून काव्यसंग्रहाची उत्कृष्ट मांडणी केली.

मैत्री, लिखाण, चित्रकला, संगीत इत्यादी छंद मानवाला जीवनामध्ये आनंद देतात. जीवनाला अर्थ देऊन आयुष्यावर प्रेम करायला शिकवतात. संकटामध्ये तुम्हाला खंबीरपणे उभे राहायला शिकवतात. माणसाच्या या गर्दीमध्ये व असंख्य संकटामध्ये माझ्या मनी आनंदाचा शिडकाव करून अखंड प्रेरणा देणारी व सदैव माझी सोबत करणारी “कविता” मला भेटली. तिच्या साथीने हे मी माझे कवितेचे दुसरे बाळ "शोध जीवनाचा" आपल्या चरणी समर्पित करत आहे. माझा हा आनंदी प्रवास मी पुढे चालू ठेवणार आहे अर्थातच तुमची सर्वांची साथ मनी धरुनच |

आपला —

डॉ. रोहिदास चव्हाण.

अनुक्रमणिका

१. विचार

सजीवांमध्ये निर्मात्याने फक्त मानवालाच विचाराची व जाणिवेची संवेदना दिली आहे. कारण त्याची भावना होती की मानव ते गुण विश्वशांती, कल्याण व समाजाच्या विकासासाठी वापरतील. आपल्या मनामध्ये साधारणपणे रोज साठ हजार विचार येतात. हे रोखायचे कसे? या विषयीचा कवी व 'विचार' यांच्यातील संवाद कवीने येथे विशद केला आहे.

असं कसं म्हणतोस तू

नको आठवू मला?

असतोस जेंव्हा गोड तू,

शांती मिळते रे मनाला ।

"स्वराज्य माझा जन्मसिद्ध हक्क"

म्हणून टिळकांनी देश गाजवला,

तुझ्या अहिंसेच्या मार्गाने

गांधीजी नी देश स्वतंत्र केला ।

तुझ्याविना मती नसे

म्हणती साधुसंत असे,

नसती "स्वाती, विल्यम,

ना मंगळावर कोणी दिसे ।

घडवले स्फोट, केल्या दंगली

जाणून बुजून पेरली विषमता,

"इस्लाम"च्या नावाखाली करी

हत्या वाढली "इसिस"ची क्रूरता।

साधुसंत आई, बाप, गुरु;

बलस्थाने तुझ्या समृद्धतेची,

तुझ्याविना घडले नसते

अब्दुल कलाम, टिळक, शिवाजी ।

नसता तू मनी वाटे शांतता

नसे खंत मन निद्राधिन होते,

कधी गोड, कधी निर्मळ, नाजूक

या तुझ्या रूपाने मन प्रसन्न राहते।

२. वारुळ

वास्तविक जीवन जगताना सजीवांना असंख्य अडचणी येतात. सर्व सजीवांचे जीवन एकमेकावर अवलंबुन असते. अशाच एका सजीवाच्या जीवनाचा दाखला देत आपण जीवन कसे जगावे याचे सुंदर वर्णन कवीने यात केले आहे.

समजती तुच्छ दिसे इवलीशी

परी असे अपार निष्ठा कामावरी,

रांगेत चालते स्व वजनाच्या

वीस पट ओझे घेऊनि उरी।

होता अडथळा तुटून पडती

करण्या प्रतिकार जाती जिवानिशी,

मिळून सारे करी साठवण अन्नाची

दिसता घोळक्याने वाटे चाहूल पावसाची |

समजती सारे दुर्बल परी जिद्ध मनी,

दाविती शिस्तीत कसे वागावे?,

करण्या पार अडथळ्या ची शर्यत

एकजुटीने सामोरे कसे जावे? |

कण कण मातीचे गोळा करुनि

विराट वारूळ ते बनविती,

जणू एक एक धागा विणूनी

रुपेरी तलम वस्त्र ते विणती |

सोडली माणुसकी, ना शिस्त ना एकोपा

सदैव करी हाव संपत्तीची,

धर्माच्या नावाखाली घडवी दंगे

करी जाळपोळ पेरी बीजे विषमतेची |

जपून बांधिलकी शिकवीती आम्हा

सर्वांनी मिळून पुढे कसे चालावे?,

घेऊनि साथ सर्वांची, देश विकासाचे

विराट वारूळ कसे बनवावे? ।

३. येरे येरे पैसा

वृक्षतोडीमुळे पर्यावरणाचा ऱ्हास झाल्या मुळे पावसाचे चक्र अनियमित झाले आहे. कर्जाचा फार्स, शेतकऱ्याची उपासमार, पर्यावरण व जलसंधारण याविषयी शासनाची उदासीनता ही कवीला मनी बोचते.

येर येरे पावसा

देईन तुला अमाप पैसा ।

सरले रे मृग नक्षत्र

बसला बळीराजा मशागत करुनि,

पैसा झाला मोठा

नाही भरोसा, तू झालास खोटा ।

करण्या पेरणी आतुर तो,

दे त्याला दिलासा तू ये धावुनी ।

खोदल्या खाणी, उजाडले जंगल,

कधी कळेल त्याला त्याची चूक,

पाऊस नाही पडला तर

कोण भागविल त्याची तहान भूक? ।

अवकाळी पडतोस, गारपीठ करुनी
घेई जीव देतोस जखमा भयाण,
नाही तुझा भरोसा मिटवी फळबागा
क्षणात पिकांचे करी नामोनिशाण |

लहानपणी आठवतो तुझा महिमा
जेव्हा तू नेहमी वेळेवर यायचा,
खुळखुळती झरे किलबिलती पक्षी
हिरवळ चहूकडे माहोल आनंदाचा |

आता पडला जरी तू भरभरुनी
नाही मुरत वाहून जाते रे सारे पाणी,
ना सिंचन, ना धरणे करी भृष्टाचार
गावोगावी लावून टँकर, चाराछावणी |

पावसाळ्यात मरती जनावरे ना खंत
करी नियोजन पाणीसाठा मोजण्याचे,
नको पाहू अंत ये तू लवकरी नाही तर,
चालू राहील सत्र शेतकरी आत्महत्येचे |

४. "दोस्ती" एक मधूर काव्य

मैत्री हे जीवनात मिळालेले मोठे वरदान आहे. मैत्री जीवनाला अर्थ देते. मैत्री ही बहरत राहणारी हिरवीगार पालवी असते. सरकारी नोकरीत असताना देखील कवीने आपल्या मैत्रीचे वर्णन केले आहे.

वाटे नदीसंग वाहतो वेडा वाकडा

देण्या साथ, जणू किनारा,

सुख दुःखात देतो साथ, राहून संग

पतंगास जसा दोरीचा सहारा |

असुनी माहित असंख्य चुका, अवगुण

घेतो सामावून तोच अवलिया खरा,

होता चूक तूटले आईबाबा, उलटले जग

तरी देई साथ अरे यार! म्हणून घेतो उरा |

बहरली मैत्री, दिला प्रदीर्घ सहवास

विधात्याने मैत्रीची निव जोपासली,

एकत्र वाटले सुखदुःख कुटुंबाचे,

जाणून गरिबी तव्यावर भाकरी भाजली ।

करून अपार कष्ट राहिलो एकत्र

जगण्याची रीत आत्मसात केली,

हळुवार कोळ्याच्या धाग्यासम

मैत्री अतूट व समृद्ध होत गेली।

झालो डॉक्टर, आल्या अडचणी

आठवता वाटे नेहमीच तुझा आधार ,

होता चूक लागलीच ठेच तर

तू मात्र मला नक्की सावरणार |

आयुष्याच्या वळणावर तुझ्याबरोबर

जगता जगता सूर सापडत गेले,

रिम झिम सरीगत सतत गारवा देण्याऱ्या

तुझ्या मैत्रीचे एक मधुर काव्य झाले |

५. माहोल आनंदाचा

पावसाचे आपल्या कृषिप्रधान देशामध्ये अत्यंत महत्त्वाचे स्थान आहे. पावसाळ्यात पाऊस झाल्यानंतर होणाऱ्या बदलाचे सुंदर वर्णन करून पर्यावरणाची निगा व वृक्षारोपण यांचे जीवनातील विशेष महत्त्व विशद केले आहे.

एकवटले ढग नभी दाटला काळोख

हळूवार गुदगुल्या करी गार वारा,

क्षणात टपकती मोत्यासम

धरणी शुभ्र पावसाच्या धारा ।

विस्तीर्ण हिरवेगार गालिचे

नववधू सम नटली वसुंधरा,

झुळझुळती निर्झर, किलबिलती पक्षी

सगळीकडे माहोल आनंदी सारा ।

उधळे रंग मावळतीला वाटे

दिनकर कुंचल्यासम रंग भरी,

नाचती मोर, स्वच्छंदी विहरती पाखरे

करी घाई जाण्या आपुल्या घरी ।

आज जाती सारी कोरडी नक्षत्रे

पावसाळ्यात चिंता पिण्याच्या पाण्याची,

बिघडले पर्यावरण, तोडी जंगले ना मैदाने

करी सप्ताह राबवि मोहीम वृक्षारोपनाची ।

६. माझा सोहळा

ग्रामीण भागातील मुलांना शिक्षण घेताना असंख्य अडचणी येतात. अशा विद्यार्थ्यांचा सर्वांगीण विकास होण्यासाठी योजना आवश्यक आहेत. त्यामुळे त्यांच्या जीवनात अमुलाग्र बदल होतो असे कवीस वाटते. बोर्डिंग मध्ये राहून "कमवा व शिका" या योजनेत काम करून शिक्षण घेताना स्वतःचा अनुभव कवीने कथन करून त्याचे महत्त्व अधोरेखित केले आहे.

नाही जमले फी आलो परत हुंदके देत

वाहती डोळ्यात अश्रूच्या धारा,

कळले नाही मला, तंद्रीत मी

कधी आलो बोर्डिंगच्या दारा ।

फिरलो गावभर हात पसरुनि

जमवण्या फी परीक्षेची,

झालो हतबल दाटला अंधार

मनी भावना होती निराशेची ।

पाहता समोर आगंतुक सरांना

ओशाळले मन मान खाली गेली,

कुरवाळून मला घेतले पोटाशी

हळुवार विचारपूस केली ।

भरली फी मॅडमनी, झाली परीक्षा

प्राविण्यासह प्रथम क्रमांक मिळाला,

सन्मानार्थ शाळेने कौतुकाने

बक्षीसासह 'माझा सोहळा' संपन्न केला ।

७. सागर

आपल्या देशाला मुबलक प्रमाणात सागरी किनारा लाभला आहे. बरीचशी लोकसंख्याही समुद्राच्या किनाऱ्यावर राहत असून त्यांचे जीवनमान सागरावर अवलंबून असते.

करत गर्जना येती दुधाळ लाटा

भेटण्या किनाऱ्या सी,

उभा बाहू पसरुनी देण्या आलिंगन

घेण्या कुशीत तयासी |

असे अमाप संपत्ती उरी

डोलती महाकाय नौका सागरावरी,

नौकाविहार, मासेमारी, पर्यटन

असंख्य लोक जगती त्यावरी |

दिसे शांत, सदा भरती-ओहोटी

येता पाऊस २६ जुलै चा प्रलय करी,

दिनकर भरी रंग मावळतीला

विहंगम दृश्य दिसे किनारी।

सागरा सम जीवनाची रुपें न्यारी

कधी जाळपोळ कधी विस्फोट करी,

करुन हिंसा देण्या संदेश अहिंसेचा

जगभर विश्वशांतीचा सप्ताह करी |

कधी सहल कधी पिकनिक

चढाओढ असे जाण्या समुद्रावरी,

सारा खेळ नियतीचा, येती संकटे

अंधारा नंतर प्रकाशाची बारी |

८. स्वप्न नवे

कवीला डिसेंबर २००७ रोजी अपघात झाला. स्वतः एमडी असून देखील गुंतागुंतीचा विचार न करता पाच मेजर ऑपरेशनला सामोरे गेले. असह्य वेदना सहन करत आपली अनमोल **वैद्यकीय** सेवा विविध पदावर पूर्ण केली. संरतेशेवटी "राज्यपालांचे भिषक" या पदावर पाच वर्षे काम करून सेवानिवृत्त झाले. हा संघर्ष काळ त्यांनी कसा व्यतीत केला त्याचे वर्णन येथे केले आहे.

झाले सतरा साल, होऊनी अपघात

वाटले जगण्याची दारे बंद झाली,

निष्ठुर नाही तो, केले जरी एक बंद

बाकी असंख्य दारे उघडली |

संधी बदलाची सावरले स्वतःला

नव्याने जगण्याचा मार्ग बदलला,

साकारल्या मनीच्या सुप्त भावना

जोपासून छंद केले लेखन, चित्रकला|

ठेवून उघडे डोळे भिडलो झालो बेडर

घालवला अमूल्य वेळ केले सोने संधीचे,

म्हणती सारे "आलो तसेच जायचे"

तर मग कशाला का घाबरायचे |

झाला अपघात केला सुखाचा शिडकावा

केली पोस्टींग दिले दिवस "राज भवनचे"

करत वैद्यकीय सेवा मिळाले प्रेम सर्वांचे

घेऊन काठी केले व्रत सरकारी सेवेचे|

निरभ्र अवकाशात दिसती असंख्य

चांदण्या तारे लुकलुकती जरी,

झेपतील तेवढ्याच घ्याव्यात ध्यानी

मारण्या आयुष्यात उंच भरारी |

येती आयुष्यात संकटे करावा सामना

त्यातून कोण नाही सुटला?,

पहावे स्वप्नं नवे होईल वर्षाव सुखाचा

राहावे ऊभे सावरून स्वतःला |

चिखलात न पडता पावसाच्या थेंबासम

होण्या मोती शिंपल्यात पडावे,

आपले दुःख गिळूनी दुसऱ्याच्या दुःखात

हसत हसत सहभागी व्हावे |

९. बाहुली

कुटुंबामध्ये लहान मुलाचा घरात प्रवेश झाला की घरामध्ये आनंदाचे वातावरण असते. असाच अनुभव कवीने येथे विशद केला आहे.

चाले डोलदार दिसे छान जणू

फुलपाखरामागे धावणारी बाहुली,

घुसता घरात वाटे शीतलहर आली |

शब्द बोबडे लोभसवाणे

घर भरून जाई चैतन्याने,

पकडून इवल्याश्या हातात हात

मज थंडावा देई निरागसतेने |

मिळता गोड पप्पी गालावर

मिटे वेदना मन होई ताजेतवाने,

म्हणती सारे असावी लेक

मिळते सुख तिचे केवळ नशिबाने |

सतत हसावी, कळी सम फुलावी

दुवा माझ्यालाडक्या सोनपरीला,

“लहानपण देगा देवा” म्हणती सारे,

जपावे या पवित्र ईश्वरी ठेव्याला |

१०. शोधू कुठे?

आपल्या कुटुंबामध्ये आई-वडील, बहिण-भाऊ व इतर नातेवाईक आपणास अत्यंत प्रिय असतात. बहिण म्हणजे प्रेमाची मूर्ती, आईचे दुसरे रूप अशी प्रिय बहिण परत भेटण्याचे वचन देऊन अचानक सोडून गेल्यावर कवीला जे दुःख होते त्याचे वर्णन येथे केले आहे.

देऊन वचन का गेलीस दुर

अचानक घेऊन स्वप्न उराशी ?

लागली हुरहूर कळेना काही

का राहिलीस अबोल मुखाशी ? |

केले कष्ट उभारण्या संसाराचा डाव

जपली मुले, नवरा घेऊन उराशी,

तुला ना मिळाली साथ कोणाची

केलेस जिवाचे रान गेलीस जिवानिशी|

आयुष्यातील दुःखाच्या हिशोबाचा तुझा

वाटा इतरा पेक्षा थोडा जास्तच होता,

दुखी क्षणात होरपळून जाण्यामध्ये

फक्त तुझ्या एकटीचा हात होता |

लुटलास मनसोक्त आनंद गाऊन गाणी

माझे मुलाच्या लग्न दिनी राजभवनी

बोलून गेलीस “विस्कटले कुटुंब माझे

वाटे मुक्त व्हावे या मायाजाळा तुनी” |

दिला शब्द, “येईन मी तुझ्याकडे राहु तिघे

जागवू लहानपणीच्या जुन्या आठवणी,

करू मजा पूर्वीसारखी विसरून पाश

भोगायचे आहे सुख मला या जीवनी” |

सोसल्या यातना, दुःख राहिलीस उपाशी

तरी विलक्षण तेज असे तुझ्या लोचनी,

होता भेट आपली घेइस हात हातात,

चेहऱ्यावर आनंद वाहत असे ओसंडूनी |

दिला शब्द विसरती, सूर्यास्तानंतर जाते

दूर आपलीच सावली सारं मला कळतंय,

खूप दिवसांनी दाटून आलय मन,

सगळ्या आठवणींना स्पर्श करु पाहतय |

फसलो मी नाही विसरता येत मला,

पाहायचं होतं एकत्र सुखी तुजला,

डोळ्यासमोर दिसे सदैव तुझीच मूर्ती

पण शोधावे मी कुठे आज तुजला ? |

११. परिभाषा पुत्र प्रेमाची

लहरी पावसामुळे ग्रामीण भागातील शेती व्यवसाय धोक्यात आला आहे. अनेक मुले शैक्षणिक गुणवत्तेमुळे परदेशांमध्ये विशेष पॅकेज मिळवून नोकऱ्या करतात. आईवडील घर, शेती विकून त्यांना शिकवतात. कुटुंबापासून दूर गेल्याने होणारी पालकाची व्यथा कवीने येथे सांगितली आहे.

गावी गेलो घेऊनी असंख्य आठवणी
वीस वर्षांनी उतरलो गावच्या स्टँडवर,
ऐकून गोंगाट दिसला मुलांचा घोळका
धावताना वयस्क माणसाच्या मागावर |
करता चौकशी, कळले, शिकवले मुलाला,
होता चांगला जेव्हां मुलगा अमेरिकेला गेला,
उद्ध्वस्त झाले कुटुंब सोडून गेली बायको
नाही परत आला तो तिला भेटायला |
मागच्या वेळी भेटलो होतो बैलगाडीत
सोडले होते त्याने मला माझ्या गावाला,

उतरताच म्हणाला होता, “पावन बसा कि
गाडीत सोडतो तुम्हाला तुमच्या गावाला "|
पाठवून मुलाला अमेरिकेला निघाला होता
गाणी गात तो परत आपल्या गावाला,
सांगत होता, “बांधून कपडा पोटाशी दिले
शिक्षण करण्या विद्वान मी माझ्या बाळाला" |
झाला इंजिनियर मिळालं पत्र अमेरिकेचे
उडाले असेलआता माझ्या बाळाचे विमान”,
विनवीत होता आपल्या पांडुरंगाला,
"जप रे माझ्या बाळाला कर पाठराखण” |
वळुन ना पाहिले मुलाने ना वाचवण्या
आजारी आईला ना मदतीचा हात दिला,
अंथरुणाला खिळली बायको विकले
घर,शेती वाचवण्या आपल्या बायकोला |
होऊन हताश तिने सोडले अन्नपाणी,
मुलाच्या आठवणीत आईने प्राण सोडला,

बापाला म्हणे "काय करू रे बाबा मी येउनी

घे आटोपून कामातून सुट्टी मिळत नाही मला" |'

घर शेती विकून मुलाला केले इंजिनिअर

दाविली होती ओळख त्याने गावच्या मातीची,

गावी जपती कशी मायबाप आपली मुले

शिकवती लावून आपल्या प्राणाची बाजी |

विकूनी शेती, घर, सांभाळती तुम्हा, करा कदर

नका शिकवू आईबाबांना भाषा कायद्याची,

जपा आईवडिलांना होईल सेवा ईश्वराची,

नका लावू बदलण्या परिभाषा पुत्र प्रेमाची |

१२. अविस्मरणीय सहल

कवी स्वतःच्या पायाचे उजवे हाड अपघातात फ्रॅक्चर झाल्याने काठीवर चालत होते. मित्राच्या आग्रहाखातर ते सहलीस गेले. त्या सहलीचे विशेष महत्व त्यांनी त्यांच्या शब्दात व्यक्त केले आहे.

वाटते आज स्वच्छंद मनाला

बेधुंद होऊनी वनी हिंडावे,

फेकावी काठी होऊन बेफिकीर

वाऱ्यासंग पाडसा सम बागडावे |

विसरलो क्षणिक रक्तबंबाळ पाय

सर्वांच्या प्रेमात भिजून चिंब झालो,

ऐकून साद सर्वांची हरवल्या वेदना

बेभान मन वाऱ्यासंगे डोले |

देती हात सावरण्या मला,

गाउनी गाणी सारेजन हर्ष लुटती

पाहून प्रेम सर्वांचे संकटे माझी,

दवबिंदू सम छोटी वाटती |

वाहते चैतन्य पसरली हिरवळ

चहूकडे खूळखुळती झरे पायाशी,

नाही वाटला थकवा वेचले क्षण

मैत्रीचे करत हितगुज सर्वांशी |

झाली होती कोरडी धरणे

होती वानवा पाण्याची ठाणेकरांची,

झाला वरून राजा प्रसन्न, 'भातसा'

आज तुडुंब भरून ओसंडूनी वाहती |

बदलतील दिवस, आशावाद मनी जागला

सावरुन खंबीरपणे उभे राहायला हवे,

लुटण्या आनंद, भरण्या रंग जीवनी;

सदैव मैत्रीचे छंद जोपासायला हवे |

१३. देवा! मला परत लहान व्हायचंय.

वर्तमान काळातील गतिमान जीवनामुळे सामाजिक जीवन पूर्णपणे बदलले आहे. मुबलक पैसा आणी स्टेटस च्या नावाखाली कौटुंबिक संस्कृती, सामाजिक प्रेम, बांधीलकी हळू हळू नष्ट होत चालली आहे. यामुळे कवीचे मन अस्वस्थ होते.

झालो सफल जीवनी परी

आजही शोधतो सुख समाधान,

धावलो आयुष्यभर सुखामागे

विसरलो सारे विवेक पडला गहाण |

जरी असलो सुटाबुटात मी

वाटे एकटा तुटले सामाजिक नाते,

साकारले करियर झालो डॉक्टर,

आज मन कासावीस का होते?|

काही तरी तुटत चाललंय, मिळवण्या

मला ते परत गावी जायचंय ||

आठवते मला माझे गवताचे झोपडे

तरी असे शुद्ध हवा, निखळ आसमान,

गावी खेळलो लगोर ,हुतूत विटीदांडू

करी अभ्यास होते शिक्षणाचे भान |

जपून आपुलकीने, घेती काळजी

सारेजण सुखदुःखात सहभागी होती,

आहे सुपुत्र मी त्या गावच्या मातीतला

गर्वाने आज माझी छाती फुगती ।

सांगण्या महत्त्व त्या गावच्या मातीचे

मला परत आज गावी जायचंय ||

असे भ्रांत पोटाची, नव्हता वेळ

व्यस्त सारे जपण्या संस्कृती महान,

विसरली सारी आज देशप्रेम,

ना जनगण, ना येई कुणा राष्ट्रगान।

घेण्या प्रवेश इंग्रजी स्कूलमध्ये आज

गाती त्या इंग्रजी स्कुलची महती,

विसरली मातृभाषा घालून अर्धी चड्डी

तोकड्या इंग्रजीत मुलासी संवाद करती ।

ABCD शिकलो ज्या झेडपीच्या शाळेत

त्या शिक्षकाचे महात्म्य मला सांगायचं ||

विसरले संस्कार, ना देती मुलांना डब्बे

जिकडे तिकडे बियर, बर्गर चा बाजार,

टीव्ही, मोबाईल गेम, बिघडले स्वास्थ

बिघडले स्वास्थ्य वाढले मनोविकार ।

होती नैतिकता, असे जेष्ठांचा दरारा,

गावात माझ्या कुसंगती ला वाव नसे,

वातानुकुलीत घरात राहून ही वाटे अस्वस्थ

AC. तही येत नाही झोप ना मिळें शांती ।

तुटली नाळ सर्व नात्यांची जोडण्या

मला ती परत गावी जायचय ।।

दिले संस्कार, रूजविली संस्कृती

देऊन शिक्षण केले संस्कार केले महान ,

गावी वाहत होता जिव्हाळा, प्रेम आदर

मिळून सगळे राहतसे सारे गोकुळासमान।

चेहऱ्यावर आज असे बेगडी हास्य ना

कुणी कुणास ओळखती ना संबंध ठवती,

घेती हातात हात परी हातामागची मने

ना जुळती ना कुणी कुणाशी संवाद करती।

येता संकटे करण्या मदत गावी धावती सारे

लुटण्या गंध त्या मातीचा मला गावी जायचय।।

१४. अँजेल

आपणास कठीण परिस्थितीमध्ये गुरु, मार्गदर्शक, एंजल, देवदूत यांची आठवण येते. जो आपले दुःख बाजूला सारून आकस्मिकपणे प्रकट होऊन विनामोबदला काम करून सदैव पाठीशी उभा राहतो. अशा अँजेल ची कवीला कधी व कशी मदत झाली याचे वर्णन येथे केलेले आहे.

नाही लागला नंबर मेडिकल ला,

झाली कवाडे बंद "डॉक्टर" होण्याची,

नव्हती आशा झालो होतो निराश मी,

तरी मन वाट पाहे चमत्काराची।

भ्रांत पोटाची अठराविश्वे दारिद्र्य घरी

नव्हती ऐपत रिपीट करण्याची,

हात जोडून धावा करी मी देवाशी

घडवण्या भेट माझी "अँजेल" ची ।

झाले दर्शन, पुसले डोळे देऊन हमी

वर्षभर सांभाळून मोफत घास भरवला,

पुरवली पुस्तके देऊन निवारा, आधार

वाटे जणू सावत्याला विठ्ठल भेटला ।

ठेवुनी अपार जिद्द मनी, केले कष्ट

मिळाले अव्वल गुण निकाला दिनी,

" जाहले स्वप्न साकार "डॉक्टर रोहिदास"

एवढंच ऐकायचंय होते मला या कानी" ।

"राज्यपालांचे भिषक", पदांवर असताना

पस्तीस वर्षांनी मला मंत्रालयात भेटला,

पाठीवर हात दिला आवाज "डॉक्टर रोहिदास"

म्हणत धरून छातीशी कवटाळले मला ।

धरून हात केला मी आग्रह कॉफीचा

विनम्रपणे नकार देत गर्दीत अदृश्य झाला,

ओलावती डोळे, “अँजेल” शब्दाचा अर्थ

मी आज अनुभवतो ऐकला।

१८. उपेक्षा

"स्वामी तिन्ही जगाचा आई विना भिकारी" असे असले तरी खरंच वडिलांचा काही रोल नाही का? हया प्रश्नांचे उत्तरे शोधण्याचा प्रयत्न कवीने यात केला आहे.

थकत नाहींत आपण सारे

सांगण्या आईची थोरवी,

असे काय चुकते बाबाचे ?

देत नाहीत त्यांना श्रेय वाजवी |

दिवसभर गोडधोड करुनि आई,

भरवी मुलाला कुशीत घेऊनि घास,

आयुष्यभर वणवण करी बाप

दिवसभर शिधा गोळा करण्यास |

होता दुःख सारे मनसोक्त रडती

सावरून घेत कुटुंबात एकमेकांना,

गिळून दुःख कासावीस होतो

एकटा बाप, डोळे कोरडे ठेवताना |

आयुष्यभर फाटके धोतर घालून

करी सोय मुलांच्या पाकिट मनीची,

घेण्या एडमिशन चांगल्या कालेजमध्ये

जुळवा जुळव करी डोनेशनच्या पैशाची |

लागली जरी धाप करतो काबाडकष्ट

करी दुर्लक्ष स्वतःकडे साठवण्या पैसे ,

सावरती एकमेकाला बाबाची ना कदर

समजती पैसे छापण्याचे यंत्र त्याला |

पुराणात म्हणती सारे कौशल्या आईने

रामासाठी केली अपार मेहनत,

पण खरे तर पुत्रवियोगाने शेवटी

मरण पावला तो शेवटी दशरथ |

जमता लग्न सारेजण लुटती ख़ुशी

कशी करू लग्नपूर्ती बापास उद्याची चिंता,

"ताई" ला सुखी ठेवा म्हणत हात जोडून

उंबरे झिजवणारा असतो फक्त पिता |

पुरवण्या गरजा आयुष्यभर धावतो

कुटुंबा प्रती ठेऊन सदैव मनी सदिच्छा,

घ्यावे समजून बापाला प्रत्येकाने

होऊ नये 'उपेक्षा 'हिच मनी माफक अपेक्षा |

१६. घास.

जन्म व मृत्यू हे मानवी जीवनाचे पुर्ण सत्य आहे. माणूस मरण पावल्यानंतर मरणोप्रांत अनेक विधी करतात. मुख्यत: घास देण्याची परंपरा असते. आपली बहीण वारल्यानंतर कवीला स्मशानभूमीत आलेला अनुभव व वास्तविकता प्रखरपणे व्यक्त केली आहे.

सैरावैरा उन्हात धावती माणसे

आज भरवण्या तुजला घास,

खोटे बोलून दिल्या यातना आयुष्यभर

हात जोडून आज बसलेत आडोशास।

वाटे तिजला सुधरतील जातील दिवस

आज ना उद्या बसेल घडी कुटूंबाची,

सोडील व्यसने होता माझी मुले मोठी

बाळगून मनी चाहूल येनाऱ्या सुखांची ।

ढोंगी सारे ना केली कदर राहिली उपासी,

परी आज सारे प्रेमाचा देखावा करती,

करून पाच पक्वाने गोड नैवेद्य आज

डोक्यावर घेऊनि कावळ्या साठी फिरती |

एकेक काड्या, पिसे जमवुनी जपण्या

पिलाला चिमणी मजबूत घरटे बनवती,

म्हणती नाही कुणी कुणाचे होता मोठी

येता बळ पंखामध्ये दूर उडून जाती |

म्हणे जनसागर "संपला वसा प्रेमाचा

गेली लक्ष्मी मिटला प्रवास नात्याचा",

उमडला जनसागर डोळे भरून पाहतो मी

तुझा 'घास' सोहळा घेण्या निरोप अखेरचा |

उडालीस पिंजऱ्यामधूनी राहा सुखी

झालीस मुक्त तू या मायाजालामधुनी,

स्वार्थी सारे देती वचने नको पाहू मागे,

मारल्या हाका त्यांनी जरी तुला विनवुनी |

करुन अत्याचार घालवली सारी हयात,

आज आहेत सारे तुझ्या वचनपूर्तीला,

आहे प्रसन्न मी आज पाहून जनसागर,

तुझ्या या अंतिम "घास" सोहळ्याला |

१७. घोटभर पाणी

"पाण्याविना नाही प्राण त्याचे महत्त्व तू जाण "लातूर उस्मानाबाद येथे १९९२ मधील भूकंपामध्ये प्रत्यक्ष वैद्यकीय सेवा देत असताना पाण्याविषयी कवीला आलेला अनुभव कथन केला आहे.

शेकडो मैल उजाड झाली वस्ती,

केली पायपीट दिवसभर मदतीला,

सगळीकडे प्रेताचे सडे जमवून लाकडे,

ओळख पटवून दिले अग्नी प्रेताला |

साधण्या संवाद दूरवर नसे चिटपाखरू

नाही जिवंत स्थानिक कोणी मदतीला,

सडली प्रेते टिशूपेपरने पुसली घाण हाताची,

दिसभर पाण्याचा थेंब नाही मिळाला |

मागावे कुणा वाटे भिती विदारक सारे

भयाण शांतता जागोजागी चिता जळती,

मंत्री, जिल्ह्याचे अधिकारी जाती गाडीत

करण्या घसा ओला गुपचूप केळ खाती |

वाढली कोरड घस्याची कासावीस निघालो

पाण्याच्या शोधात हायवेला लाईट दिसला,

जाता जवळ दिसले एम एस इ बी स्टेशन,

पाहून हाफसा पंप जीवात जीव आला |

होती एक फेज लाईटची, वायर ओढून

पंप चालू केला करण्या घसा ओला,

मिळाले "घोटभर पाणी" पण जळाली

केबल मोठा स्फोट होऊन अंधार दाटला।

ना करी बचत पाण्याची वाया जाते पाणी

नाही समज ना कदर त्याची मानवाला,

मिळता 'घोटभर पाणी' कळाले महत्त्व

घोटभर पाण्याचे, का म्हणती जीवन त्याला? |

१८. जीवनाचे कोडे

भारतीय संस्कृती ही कुटूंबप्रधान संस्कृती आहे. घरातील कर्ता सुख मिळवण्यासाठी अहोरात्र कष्ट करत असतो. सरतेशेवटी त्याला सतावणारी चिंता येथे नमूद केली आहे.

कसेही सोडवले तरी काही केल्या

जीवनाची गोळाबेरीज मज जमेना,

घेता जीवनाचा आढावा मला

मोठ्या शून्याशिवाय काही दिसेना ।

वाढविण्या कुटुंब दाबून इच्छा

राब राब राबलो, बजावत मना,

बहरला जीवन वृक्ष आली फुले

पाकळ्या मनाच्या खुलता खुलेना |

फिरता पाऊलवाटेने अवतीभवती

पाऊलाचे ठसे मजकडे बघून हसती,

होई सैरावैरा मन माझे, जणू मी

केलेल्या प्रेमाची ते खिल्ली उडवती |

घालुन मुरड सर्वांना ठेवुनी एकजूट

पुरवल्या गरजा सर्व काही सोपे केले,

पाहून अबोला, दूरावा आज कुटुंबातला

वाटे मला सारेच अवघड होऊन बसले ।

जगणे कठीण असते जिथे नसे

प्रेमाचा स्पर्श आणि उणीव संवादाची

असावा धीर करण्या पारख हिऱ्याची

पहावी लागते वाट येणाऱ्या अंधाराची ।

गावी गळके होते गवताचे घर माझे,

तरी प्रेम जिव्हाळा ओसंडून वाहातसे,

दिसता क्षणी दारावरची बकरी देखील

ओळखून आवाज करत जवळीक साधतसे।

मिळाली झोप जरी राहिलो असलोउपासी

होतो सुखी तेव्हां, नव्हते नात्याचे ओझे,

रात्री भेटता सारे होई संवाद, मिळे आनंद

स्वर्गसुखाची अनुभूती आम्हा होतसे।

दिवसभर आई पदरात सुका नारळ बांधुनी,

रात्री तुकडे करून घरी आम्हा भरवतसे,

वाटे गेला काळ विसरली मायबाप नाती

पैश्यापुढे एकोप्याची आज वानवा दिसे।

वाटे जाईल का व्यर्थ सारे? कशासाठी केला

मी हा अट्टाहास हे सारे बोलू मी कुणाला?,

कळले नाही मला माझ्या अर्थपूर्ण जीवनाचा

हिशोब शेवटी मोठे शून्य कधी झाला ?।

१९. ती माझी

आपण आपले आयुष्य जगत असताना असंख्य लोकांची सजीव निर्जीव वस्तू, तसेच निसर्गाची मदत घेत असतो. अशाच एका वस्तूची अपघातात कवींना मोलाची मदत झाली त्याप्रती कवींनी आपल्या संवेदना व्यक्त केल्या आहेत.

असली जरी तिची अनेक रूपे

सदैव, शुभ्र दिसे छानशी,

असते सदैव तत्पर ती सदा

भागवण्या गरज सर्वांची ।

असता बरोबर ती नसे चिंता

तिच्यामुळे शॉपिंग ला बळ येई,

सर्वांना आपलेसे करून ती

कुशीत सारे काही सामावून घेई ।

उठता प्रातःकाळी जाता पाय

कुशीत तिच्या, मन निश्चिन्त होई,

होता बिनधास्त स्नान होई प्रसन्न

दिवसाची सुरवात मनी विश्वास येई ।

सांभाळले वर्षभर तिने, सरले दिवस

मोडक्या पायाची रक्षक" ती माझी",

आयुष्यभर राहील सदैव स्मरणात

ती माझी पिशवी "डी" मार्ट ची ।

२०. नशीब

मानवाने आपलं आयुष्य कसे जगावे? निर्मात्याने आपणांस स्वतःचा एक अंश प्रदान करून सुंदर शरीर व मन दिले आहे. आयुष्याची स्वप्ने साकारताना नशीबाला दोष देऊ नये असे कवीला प्रामाणिकपणे वाटते.

का देतोस दोष नशिबाला?

येताना काय तू घेऊन आला?,

देवानं तुला सुंदर शरीर व मन,

देऊन जाणीवेचा अलंकार दिला ।

नाही जोपासना केली त्याची

ना सुकर्म करून जीवनात रंग भरला,

चाखतो जो तो आपुल्या कर्माची फळे

कर सत्कर्म आपले नशिब सावरण्याला।

वाटे जीवन जणू पत्त्याचा डाव जरी

चांगले पत्ते येणे नसते आपल्या हाती,

मिळालेल्या पत्त्यावर मांडावा डाव

जपता मूल्ये होईल जीवनाची प्रगती।

करी चोऱ्या, जाळपोळ, पसरवली

विषसमता धर्माच्या नावाखाली,

उध्वस्त केलीस शहरें, करून नरसंहार

"इसिस "चे अतिरेकी ध्वजाखाली।

साध्य होत नाही सारे निव्वळ पैशाने

मानवाची ओळख स्वभावाने व्हायला हवी,

असावे स्वाभिमानी, जगण्याच्या वाटेवर

सुकर्म सुगुण, कृतृत्वाची छाप असावी।

तूच आहे तुझ्या सृष्टीचा निर्माता, विधाता

तुझं जीवनशिल्प तूलाच घडवायचं असतं,

नको देऊस दोष नशिबाला वापर सिक्रेट,

तूच शिल्पकार स्वतःला संपवायच नसतं।

२१. पुष्पगुच्छ

समाजामध्ये सण-उत्सव वाढदिवस लग्न, पूजा तसेच स्वागत समारंभामध्ये प्रेम संवेदना व्यक्त करण्यासाठी फुलाचा चा वापर करून ती रस्त्यावर फेकून दिली जातात. अशाच एका फुलाची व्यथा कवीने व्यक्त केली आहे.

खुडले आयुष्य आमचे लावती

कात्र देती विवीध आकार,

देखावे श्रीमंतीचे, होता काम

देती फेकून जवळच रस्त्याच्यावर।

वाटे कळी सम फुलावे राहावे सुगंधी

पसरावा गंध असे जरी आयुष्य थोडे,

नाही जगू देती आम्हाला देती आकार

करून आमच्या आयुष्याचे तुकडे ।

डोलतो ताठ मानेने घेऊन रुपडे गोजिरे,

दुरवर आसमंतात मधुर गंध पसरी,

येता तुम्ही जवळी अनुभवता सुगंध

होई खूशीआनंदाने छाती फुगे सत्वरी ।

नव्हती इच्छा आमच्या मनी कधी

रस्त्यांवर बाजारात खरेदीची वस्तू व्हावे,

एखाद्याच्या स्वागतासाठी वा दुसऱ्याच्या

गळ्यातील शोभेचा हार म्हणुन मिरवावं ।

नाही कदर कुणा ना भावना सौंदर्याची

वानवा आहे ती आज फक्त रसिकतेची,

मायेचा ओलावा देऊन प्रेमाने फुलवती

जोपासती अंगणी मनी भावना सौंदर्याची ।

बसून घुडघ्यावर रंगीबेरंगी गुलाब हाती

प्रेमवीर आणाभाका घेत मिठी मारती,

उरकता कार्यभार फेकती रस्त्यावर

आपल्या संस्कृतीचे दर्शन घडविती ।

आमच्यातील सुंदर फुलांना ररस्त्यावर

चिरडलेले पाहून मनी खूपच वेदना होती,

हा कसला न्याय तुमचा? स्वार्थासाठी

निसर्गाचे सौंदर्य व समतोल बिघडवती |

२२. फासाची दोरी

भारत हा शेतीप्रधान देश आहे. अनियमित पाऊस ,नुकसान भरपाई, सिंचन, पॅकेज च्या नावाखाली शेतकऱ्यांची घोर फसवणूक होत आहे. शेतकऱ्यांचा होणारा कोंडमारा व कुटुंबाची अवस्था येथे मांडली आहे.

रोज मरतो आम्ही

का पुन्हा चढवता फासावरी?

उभी हयात नागडे कुटुंब माझे

झोपतो रोज उपाशी घरी।

पिकवतो धान्य, भाजीपाला

जातो डायरेक्ट अडतीवरी,

परस्पर बिलं लुटतो सावकार,

आम्ही खातो कळणा भाकरी।

दिवसा डोळे ढगाकडे,

रात्री विजेचा लपंडाव पाणी चोरी,

लुटले सिंचनाचे पैसे कोरडी धरणे

सतत पाऊस रुसवा करी।

म्हणती त्याला जगाचा पोशिंदा

नका देऊ पैसे कृषिरत्न त्याला,

नका बनवू अपराधी कुटुंबाचा

द्या योग्य भाव त्याच्या शेतमालाला।

जरी असल्या असंख्य योजना

करण्या मदत अन्नदात्याला,

राबवणारे हातच लुटती साऱ्या योजना

घालून खतपाणी भ्रष्टाचाराला ।

तोडली झाडे उभारले काँक्रीट चे जंगल

पर्यावरणाचा ऱ्हास करी ,

बदलले चक्कर निसर्गाचे पावसाळ्यात

मिळवण्या पाणी टँकर ची वाट धरी ।

ना शेतात पीक ना घरात पैसा

पडतो अवकाळी गारपीट नुकसान करी,

नुकसान पिकांचे बुडे कर्जात, ना लग्न

ना शिक्षण मुलांचे हाती सदैव फासाची दोरी ।

२३. बंध नात्याचे

मानवी नात्याचा अभ्यास पाश्चिमात्य देशामध्ये १९५० पासून चालू असून त्याचा उपयोग संघटना, कार्यालये, उधोग यामध्ये उत्पादन व कार्यक्षमता वाढविण्यासाठी केला जातो. वास्तविक स्वरूपाचा आधार घेऊन नात्यामध्ये होणाऱ्या गुंतागुंतीचा मागोवा कवीने येथे सांगितला आहे.

उमगले ना कधी बंध नात्याचे

ना कळला अर्थ भावनांचा,

वाटे सारेच गूढ अगतिक जणू

अनगिनत पाकळ्या फुलांच्या |

असती त्याला अनेक रंग

कंगोरे नाते जणू विविधतेचे,

तत्वज्ञान सांगून समर्थन करती

चुकांचे देऊन दाखले पुराणाचे |

जपता जीवनातील हळूवार नाती

शब्दाचा हिशोब वेळीच सोडवावा,

नात्याच्या व्यवहारात शब्द कमी

विश्वास जास्त अहंकार नसावा |

धर्माचे धडे देत म्हणे "तटस्थ" राहून

कृष्णाने केली साथ अर्जुनाला,

निशस्त्र कर्णाचा चा वध करवू नी

दिला उपदेश घडवले महाभारताला ।

दाविती आईची इतुकी महती तिने

सुनीता विल्यम, शिवाजी घडविला,

स्वतःच्या हव्यासापायी का इंद्राणी ने

आपल्या मुलीचा गळा घोटला?।

देती दाखले, म्हणे खून करुनि आईचा

काळीज घेऊन मुलगा धावतो रस्त्याला,

लागता ठेच खाली पडते काळीज म्हणे

मुलाला, "बाळा लागले नाही ना तुला"?।

जोपासता मायेने वाघ बकरी पाजून दुध

लावून लळा प्रेमाने एकत्र राहती,

आश्चर्य वाटते "बाबा आमटे"नी कशी

केली आनंदवन ची निर्मिती? ।

जाणून दुःख समाजाचे, सोडवण्या

राष्ट्रपिता गांधी, संत ज्ञानेश्वर होती,

करुनि त्याग सर्व सुखाचा विश्वाच्या

सुखासाठी स्वतःला वाहून घेती ।

घेता शोध तत्कालीन घटनांचा

गोंधळतो मी जाणण्या बंध नात्याचे

होतो निशब्द, वाटते असावे त्यात

प्रतिबिंब तथाकथीत वास्तवतेचे ।

२४. बाजार नात्याचा

आपली संस्कृती ही कुटुंब प्रधान संस्कृती आहे. आजच्या पिढीतील गतिमान जीवन वाढते शहरीकरण यामुळे नाती, लग्न, प्रेम यांच्या व्याख्या बदलत चालल्या आहेत. कवीने हे सारे वास्तव प्रखरपणे मांडले आहे.

विस्कटली घडी सारी

बोकाळला नात्याचा बाजार,

शोधले सुलभ मार्ग जगण्याचे

ना नाती ना कुटूंबाचा भार ।

मजेत खातर झाले आईबाप

तुम्हीच करा आमचे जीवन साकार,

म्हणती मुले करा आमचे संगोपन

असे आमचा नैतिक अधिकार ।

नको लग्न ना संसार करू व्यभिचार

राहू एकत्र घेऊ लिव्ह इन चा आधार,

ना समज नात्याची घेऊनी सरोगसीचा

आधार होती बाप निर्विकार।

तोडली कुंपने कुटूंबाची स्वतः निवडती

वेळ व बाळाच्या जन्माचा अधिकार,

माहित नाही रे तुला फेरा नियतीचा ,

होता बाप कळतील तुला माझे विचार |

घेऊन नऊ महिने पोटाशी सोसुनी यातना

ती जन्म देई होता आदर मनी आईचा,

होता चूक फुटली जरी पाठ तरी नव्हता

अधिकार मान वर करून बघण्याचा |

ना ओळखती आईबाबा ना कदर नात्यांची

सारा व्यवहार स्टेटस पॅकेज व मी पणाचा,

विना विचार तर्कशून्य व्यवहार वाढला व्यभिचार

केली पार सारी हदे जमाना पब, रेव पार्टीचा |

२५. भूकंप

३० सप्टेंबर १९९३ साली पहाटे ३ वा. ५६ मिनिटांनी (किल्लारी) लातूर व उस्मानाबाद (सास्तुर) येथे भूकंप झाला. आपल्या आयुष्याची कमाई, आप्तेष्ट यांना गमावणे किती वेदनादायी असतं याचं भयाण वास्तव स्वतः कवीने अनुभवले. कवीने घटनास्थळी जाऊन वर्ष भर काम करून घेतलेला आढावा व वेदना प्रस्तुत केल्या आहेत.

झाली ओसाड गावें दूरवर

दगड माती पडक्या घरांचे सांगाडे,

नव्हती चाहूल जिविताची

सगळीकडे दिसती प्रेताचे सडे |

दूरवर पडे नजरेस एकादे मूल,

म्हातारा शोधताना आपल्या स्वकियाला,

मानवी झुंडी टेम्पो घेऊनि राडा घालती,

तुडविती प्रेते लुटण्या सोन्याला |

होता मदतीचा पूर अन्न, ओषधी कपडे

ना मिळे जिवंत लाभार्थी त्याला,

राबलो सरकारी यंत्रणेसह ओळखुन

गोळा केली प्रेते दिले अग्नी प्रेताला |

उभारल्या अन्न छावण्या दवाखाने ना दिसे

लाभार्थी कोणी येती थवे लुटण्या मदतीला,

सोडली नाहीत वयस्क माणसे देखील

मिळविण्या मरणोपरांत ३ लाख अनुदानाला।

सरकारी "बाबू"नी मारले डल्ले मदतीवर

लुटूले तंबू, अन्न वाटले स्वेटर स्वकीयांना,

होते खिन्न मन माझे वाटते कसे म्हणावे

गांधी, आंबेडकर शिवाजी चे वारस याना ।

२६. प्रेमाचे गीत

प्रेम या दोन शब्दात खूप ताकद आहे. जरी मोगऱ्याचे झाड लांब असले तरी त्याचा सुगंध दूरवर अनुभवता येतो. प्रेमाचं ही अगदी तसंच. हे अनुभवण्यासाठी काय हवं हे या गीतात सादर केले आहे.

जेव्हा पडलो पहिल्या प्रेमात

मनी होते रंग इंद्रधनुष्याचे,

होती भीती ना व्हॅलेंटाईन ना गुलाब

गुपचूप स्पर्शात धुंद होण्याचे।

कळता कुणा देऊन धडे नैतिकतेचे

सांगून प्रेमाचे पाठ करतील पिटाई,

वाटे करावे दुर्लक्ष ह्याकडे, घेऊनि

हाती गुलाब द्यावी प्रेमाची ग्वाही ।

सांगून टाकाव," माझं तुझ्यावर प्रेम आहे

तुझ्याशिवाय मी जगू शकत नाही." ।।धृ।।

होता विरोध समजावले मना, असावी

आणखी सुंदर कुणीतरी जीवनात,

प्रेमसागरात हेलकवणाऱ्या बोटीवर

तेंव्हाच नेमकी पडली तुझी गाठ ।

पाहताक्षणी वाटले मिळाला जीवनाचा जोडीदार

हीच असावी खरी प्रेमाची सुरवात,

घेऊनी संमती पडलो प्रेमात अडकलो

लग्नबंधनात रोज ऐकतो प्रेमाचे गीत।

"तुम्हाला माझी कदर नाही,

तुमचे माझ्यावर प्रेम नाही"? ||धृ||

साठवली ना ना रूपे तुझ्या प्रेमाची

पेशंट, इमर्जन्सी करत लागलो संसारी,

म्हणती सारे, "आता काय प्रेम करतोस?

सोन्यासारखी बायको आली दारी।

प्रेम कसं आणि कुणावर करायचं?

समजण्या आधी गोड बातमी कानी येई,

वाटले प्रेम हे असच असतं करताना

कळत नाही, कळलं तर उमजत नाही |

येई आवाज "तुम्हाला माझी कदर नाही

तुमचे माझ्यावर प्रेम नाही" ||धृ||

वाढवली मुले होता कटकट करी

पाठराखण, जपली वीण कुटुंबाची,

अनुभवली विविध रूपे बुडालो अखंड

प्रेमात हीच तर प्रचिती खऱ्या प्रेमाची |

होता शांत म्हणे, 'चुकलेच माझे',

स्पर्शात धुंद गालावर अश्रू ओघळत राही,

राहून प्रेममंदिरात मी शोधण्या अर्थ

खऱ्या प्रेमाचा एकरूप झालो नाही |

विचारता तिला खरंच हे लढाई झगडे,

रुसवे फुगवे खरं प्रेम नाही? ||धृ||

असावी मनी शीतलता, विवेक, सौंदर्यदृष्टी

घेण्या आस्वाद परम प्रेमाचा,

असावे शब्द कमी समज जास्त

जोपासावा गुण दुसऱ्याचे ऐकून घेण्याचा |

आठवणीत तुझ्या हृदय सागरातील

प्रेमाच्या लाटा तुझाच किनारा शोधत राही,

माहीत आहे मला, "तू चांगला आहेस,"

म्हणून तर तुला सतत चिडवत राही |

"खरंच मनापासून सांगते मी," आय लव यू"

आतून प्रेमाचे नवे गीत ऐकू येई ||धृ||

२७. माय "शो"

मृग नक्षत्राच्या किमयेमुळे क्षणात नजारा बदलून जातो. मानवी आयुष्यामध्ये ही सुख दुःखाचा व संकटाचा लपंडाव चालू असतो. अपघातातून कुटुंबासमवेत मार्ग शोधताना आपल्या पत्नीचे विशेष योगदान कवीने विशद केले आहे.

न्हाहली वसुंधरा झाली ओली चिंब,

आज पावसाच्या जलधारा नी,

नेसली हिरवा शालू नववधुसम

नटली दिसे आज ताजीतवानी ।

विसरली उन्हाचे चटके भेगा उरीच्या

होता भेट प्रजन्यदेवतेशी,

जाहली तृप्त खुळखुळती झरे

चहुकडे सुटला दरवळ मातीशी ।

नसे चिरकाल क्षणात बदले नजारा,

नियतीचा खेल हा सारा,

होता अपघात पडलो अंथरुणावर

दाटला होता काळोख समोर सारा ।

घाली देवास साकडे, टळले संकट

"माझ्या शो" चा चमत्कार सारा,

राहिली पाठीशी नाही घाबरली

सावित्री सम रक्षा केली जखमेची ।

दिल्ली उमेद जगण्याची दिला विश्वास

पहावी नव्याने स्वप्ने उद्याची,

जागली डॉक्टर पैशाला केली निगराणी

केली किमया पुनर्जन्माची |

वाटे विविध प्रसन्न रूपे तुझी

साठवावी लोचनि हृदयात जपुनी,

बाहुपाशात तुझ्या अपुल्या दोन श्वासाचे,

अखंड मधुर गीत व्हावे या जीवनी ।

२८. वैभव माझे

कवी आपल्याला मिळालेल्या सफल जीवनाचे श्रेय कोणाकोणास देतात हे या कवितेतून पहा.

वाटते मजला खुशी आज

पाहता आजचे वैभव माझे,

शोधण्या श्रेय त्याचे मन जाई

डोकावण्या भूतकाळात माझे ।

राबली आई राहून उपाशी,

दिवसभर करण्या मजुरी शेताला,

मिळता मजुरी घेऊन धान्य रोज

रात्री आम्ही सारे जुडतसे पोटाला ।

"विनाशिक्षण नाही जीवन मंत्र आईचा

कष्टाने बाबानी त्याला अर्थ दिला,

मिळता मेरिट सोडले कॉलेज"अप्पा"नी

(मोठे बंधू) लागले हंगामी नोकरीला ।

कृष्णा सम सारथ्य करुनि बनवले

डॉ., इंजिनियर (विद्याविभूषित) आम्हाला,

जपून ऋणानुबंध वेचले कष्ट वहिनींनी

भरवला घास घडवण्या कुटुंबाला ।

काय श्रेय माझे? मिळावा सहवास

तयांचा त्यांचे ऋण जोपासण्याला,

आप्पा वहिनीच्या विना नसत्या

सोनेरी कडा आज माझ्या वैभवाला।

२९. शिकवण कोरोना ची

आरोग्य क्षेत्रामध्ये नवनवीन शोध व लसीचे संशोधन करून देखील स्वाइन फ्लू, सार्स, डेंग्यू, मलेरिया, लेप्टोस्पायरोसिस इ. आजारावर योग्य नियंत्रण मिळवता आले नाही. महासत्ता होण्याचे स्वप्न पहात जैविक युध्दाची तयारी करण्याच्या नादात कोरोना सारख्या विषाणूची निर्मिती करुन बसला. कोरोना महामारीने मानवी जीवनाची काय अवस्था झाली याचे वर्णन येथे केले आहे.

पहुडली जणू अंगावर घेऊन

हिरवागार शालू दूर क्षितिजा वरी,

विसावली कुशीत नभाच्या

धरी शुभ्र अच्छादन डोक्यावरी |

धावती काळेकुट्ट ढग चमकती

विजा वाटे चाहूल येत्या संकटाची,

उभारले इमले वस्ती करून दाटी

डोंगरपायथ्याशी केली हानी निसर्गाची |

दाटले सावट पसरली शांतता लपले

दाराआड उरी कोरोना ची भीती,

ना संवाद झाले हतबल पडती

लाखो मृत्युमुखी थांबली जगाची गती |

करी चंद्रावर वस्तीची स्वप्ने, अहंकारी,

असमर्थ करण्या कुटुंबाची रखवाली,

झाले हतबल करी लॉक डाऊन

जगाची आर्थिक नाडी बंद झाली|

खेळ परमाणु अस्त्रांचे आर्थिक निर्बंधाचे

जैविक युद्धाचे, महासत्तेचा माज भारी,

करता चाळे विषाणूशी निसटला कोरोना

सुटला करत नरसंहार जगावरी |

थांबले चल अचल जग सारे

वीरान रोड निरभ्र आकाश शून्यावरी,

उतरवला अहंकार दाविली जागा

औषध ना लस मरती माणसे मुंग्या परी |

ना उत्सव ना अंतयात्रा प्लॅस्टिकच्या

कापडात गुंडाळून सोडून जाई जागेवरी,

मिटली ओळख नात्याची ना घरात घेती

आठवडाभर रुग्णांचे आयसोलेशन करी |

करून इतकी प्रगती शोध अरे काय

तुझी दैना नाही स्वतःची शाश्वती?,

दंगे मोर्चे हिंसा रोज रस्त्यावरी आज

गप्प सारे देण्या तयार प्राणाची आहुती |

करती हल्ले, भाषा युद्ध खोरी ची

निर्लज्ज सारे रोज मरती माणसे लाखावारी,

हाहाकार इतुका तरी नाही होत शहाणा

घालण्या मास्क, ठेवण्या एकमेकापासून दूरी |

क्षणात भंगले स्वप्न जगाचे आवळली

आर्थिक नाडी भीती दिवाळखोरीची,

घेतले कवेत जग सारे, केली उध्वस्त शहरे

सगळीकडे चर्चा होणाऱ्या मृत्यूची |

होता कोरोना लागे दम, कमी ऑक्सिजनची

सलते कमी असून विपुल ऑक्सिजन अंबरी,

लावले शोध केली संशोधने नसे औषध लस

कोरोनाच्या प्रोटोकॉल मध्ये सतत बदल करी |

खाऊन मार सोसून अवहेलना, देई स्वतःचे प्राण

करतो कोरोनायोद्धा सेवा मानव जातीची,

करा कौतुक कोरोना योध्याचे सीमित साधनांसह

लोकांचे वाचवतो प्राण लावतो जीवाची बाजी |

३०. अखेरचा प्रवास

कोरोनाच्या आजाराचे स्वरूप त्याचे निदान व औषधोपचार याविषयी सारे अनभिज्ञ होते. सगळीकडे मृत्यूचे तांडव चालू होते.कवीने आपल्या तीस वर्षाच्या वैद्यकीय सेवेतील अनुभवलेले मृत्यूचे तांडव व मानवी जीवनाचे विदारक सत्य येथे प्रस्तुत केले आहे.

ना सायरण ना भोंगा वीरान रोड,

आली अँब्युलन्स स्मशानभूमी ला,

भिजून चिंब उतरली दोघे उघडण्या,

अम्बुलन्स च्या च्या मागील दाराला |

घामाघूम दोघे काढण्या स्ट्रेचर,

उतरवण्या प्लास्टिक मधील जड देहाला,

दाराच्या फटीतून बँडेजसह चिखलाने

माखलेला पाय लोंबकळताना दिसला |

हेलावला जीव ना बायकामुले ना मित्र,

नसे कोणी अखेरचा निरोप द्यायला,

ड्रायव्हर सह तिघांनी पहिली वाट,

नव्हता चौथा कोणी खांदा द्यायला |

निपचित पडे दवाखान्याच्या कपड्यात

ना आंघोळ ना कपडे अंगाला,

आला निसर्ग धावुनी बरसती धारा,

देण्या थंडावा त्याच्या देहाला |

म्हणे दहा दिवस करता विधि,

"शिवता घास मिळे शांती मृतात्म्याला",

राबला आयुष्यभर कुटुंबासाठी

नसे आज कोणी त्याच्या सोबतीला |

हतबल सारे फरफटत चढवला देह

ट्रॉलीवर देण्या विद्युत दाहिनी ला,

भीती कोरोनाची, नाही लावि हात देहाला

ना कोणी सावरी खरचटनाऱ्या पायाला |

दाबणे बटण झाली कडकड हाडाची,

झाले सोपस्कार तिघांनी सुस्कारा सोडला

धुऊन हात पाय पेटवली बिडी भरण्या

पोट जागले आपल्या सरकारी नोकरीला |

थकल्या साऱ्या यंत्रणा कचऱ्यासम

पडती प्रेताचे सडे झाले सारे हताश,

स्पर्धा महासत्तेची काय रे झाली तुझी दैना

गप्प सारे कोणी आणले कोरोनास ?|

थांबव अण्वस्त्र जैविक स्पर्धा हो शहाणा

नको देऊ थारा साम्राज्यवादाला,

कर विचार विश्वशांतीचा, सलोख्याचा,

तूच संपवशील संपूर्ण मानव जातीला |

ना औषध ना लस माज कशाचा करतोस?

भाषा तर तुझी जागतिक विश्व युद्धाची,

जप मंत्र, “विश्वचि माझे घर” लाव मास्क

कर सवय शोशल दिस्टंसिग, स्वच्छतेची. |

३१. दृष्टिकोन

भारतीय समाजामध्ये स्त्रियांना विशेष महत्त्व आहे. तिची अनेक रूपे आहेत. अशाच एका मुलीच्या लग्नात पाठवणी च्या वेळी आपल्या वडिलांच्या भावना व तिच्याशी असलेलं नाते व स्त्रीच्या जीवनातील स्थित्यंतरे कवीने येथे नमूद केली आहेत.

फुटला बंध भावनाचा, येई हुंदके

केले कन्यादान निघाली लेक सासरला,

इंद्रधनु सम वाढली अंगणात माझ्या

कासावीस होतो जीव तिच्या "जुदाई" ला |

नटखट परी ती अनेक रूपे वाढली अंगणात

अवतीभवती तिच्या लुटला आनंद जीवनाचा,

रडून रागावता ती, होई तारांबळ माझी

सतत होई घोडा जणू वाहे झरा चैतन्याचा |

म्हणती लक्ष्मी दुर्गा स्त्रीला, "कळता आली जन्मा

का रे बाबा| पोटातच मारती मुलीला?"

शिकवी, वाढवी प्रेमाने, होता मोठी का रे

बाबा समजती "पराया धन" मुलीला?|

बसली होती दाराशी एकदा म्हणाली मला

"बाबा दारातील हे झाड लावू का रे परसदाराला?,

खेळता येत नाही वाटेत येते अपुरी पडते जागा

येत नाहीआम्हा सर्वांना एकत्र खेळायला |

मोठे झाले आहे ते| घट्ट आहे या मातीशी

नाही वाढणार नव्या जागेला म्हणालो तिला,

असावे लागते लहान रोपटे वाढण्या जोमाने

होऊन एकरूप जुडण्या नवीन जागेला |

राहून गुमान बराच वेळ बोलली होती मला

"बाबा खरा सांगशील एक विचारू का रे तुला?,

लावूनी लळा वाढवती, होता मोठी तोडून बंध मुलीचे

नव्या जागी धाडून का समजती परके धन तिला? |

सोसून मार, उपासमार, छळ कशी प्रेम करेल ती?

अनोळखी ,कशी एकरुप होईल ती नव्या घराला?

“हिच जगाची रीत” बोललो मी पण पिळवटले मन,

भोके पडत होती माझ्या काळजाला |

विशेष कष्ट घेऊन देवाने कल्पवृक्षा सम

विशाल शक्ती देऊन “स्त्री” जन्म घडवला,

दुर्गामाता, जिजाऊ झांशी ती, होईल एक रूप

सृष्टी निर्मितीत तिला “जननी”चा मान दिला।

आठवता आज लेकीचे भरून आली छाती

डोळ्यात साठवलेल्या अश्रूना मार्ग करून दिला,

घायाळ होई मन, वाटे करावा फेर विचार,

बदलावा दृष्टीकोण वाढवताना घरी मुलीला।

३२. आठवणीची ओंजळ

डॉक्टर संजय आहेर यांच्या मातोश्री सौ कमळा बाई आहेर वय ७७ वर्ष यांचे अल्पशा आजाराने दुःखद निधन झाले. गोदातीरी जमलेला जनसमुदाय पाहून मा भूतकाळात गेले.माझ्या भूतकाळातील ही "आठवणीची ओंजळ" मी आज या महान मातेच्या चरणी अर्पण करत आहे .

आयुष्यात असावा अखंड प्रेमाचा

निरागस झरा, वाटे सतत मजला,

कधी न भासावी उणीव त्याची

या संपूर्ण जीवनी तरी कधी मला |

जाता नाशिकला येई आठवण,

आपोआप पाऊले वळती चांदोरी ला,

वारकऱ्यासम वाटे जाता गोदातीरी,

भेटता आम्ही माझ्या "विठू माऊलीला" |

दरीद्री आयुष्यात आधार देऊन घडवले

माझ्या "आत्या मामा" नी आम्हाला,

एक रोपटे (डॉक्टरपत्नी) दान करुनी माझ्या अंगणी

केले संस्कार, फुलवले माझ्या संसाराला |

'आ' म्हणजे आकाश 'ई' म्हणजे ईश्वर

येता आठवण आज पोरके वाटते आम्हाला ,

राहून अबोल, भोगून स्वयंम यातना

अंधारात केले प्रकाशमान आहेर परिवाराला |

छायेत आपल्या झाली ज्ञानी, केली प्रगती

पाहून गरिबीत तुम्हा कमवली आज संपत्ती,

माहित नाही तुम्हा "तुमचे अढळ स्थान"

हीच तर होती आमची खरी श्रीमंती |

'घार उडते आकाशी चित्त तिचे पिलापाशी'

नाही रमणार तुम्ही, अडकेल तुमचा श्वास,

रहा आयुष्यात आमच्या, असू द्या तुमच्या

गोड आठवणीचा सदैव आम्हा सहवास |

३३. 'उणीव' जननी संकल्पाची

ग्रामीण भागामधील आर्थिक स्थिति ही नेहमीच हालाखीची असते. मुलांना पुस्तके, आर्थिक अडचणीमुळे मुलांना त्यांचे शिक्षण पूर्ण करता येत नाही. कविने काहीही विकल्प नसताना विपरीत परिस्थितीत आपले शिक्षण विशेष प्रावीण्यासह पूर्ण केले. आज सारे विकल्प, साधने उपलब्ध असताना देखील झालेल्या बदलाचे सूक्ष्म वर्णन कवीने केले आहे.

लागता निकाल परीक्षेचा कळती गुण

वर्षाव होई कौतुकाचा रेलचेल बक्षिसाची,

होई वाहवा, काहीच नसताना कष्ट करून

अव्वल मार्क मिळवून कमावलेल्या मेरीट ची ।

लागतं निकाल येता घरी पडे भ्रांत पुढील

वह्या पुस्तकाची, व शाळेच्या गणवेशाची,

आई गोळा करी जुनी पुस्तके, फाटके गणवेष

अण्णा ठिगळ लावून दोऱ्याने करी सोय गणवेशाची |

जुन्या वहीची कोरी पाने दाभणाने शिवून

होई तयारी विषयावार वह्यांच्या संचाची,

ध्यास शिक्षणाचा नव्हती खंत तसूभरही

ना कमी होत नव्हती गोडी शिक्षणाची |

डिंकाने चिकटवून कव्हर घालून रात्रभर

मोठया दगडाखाली करी सोय बाईंडिंग ची,

दिले संस्कार शिकण्याचे, "अशक्य काहीच नाही

करा कष्ट शिका " दाविली स्वप्ने डॉ. होण्याची ।

रोज रात्री दिव्यात तेल घालून आईअण्णा

आग्रह करी क्रमिक पुस्तकातील धडे वाचण्याची

असले अडाणी तरी त्यांची छाती फुगे ऐकता

आईच्या चेहऱ्यावर फुटे लकीर समाधानाची ।

सुटता शाळा दुपारी जाई घेऊन मी

आईची भाकरी विहिरीच्या कामावरी,

होता सुट्टी जाता कुशीत, पाहता आईकडे

चिखलाने माखलेला चेहरा पाहून धडकी भरे उरी।

'पोरग हुशार तुझं' ! म्हणताच बायांनी घेई जवळ

तिच्या डोळ्यातील अश्रू मला शिकण्याची जिद्ध देई |

आता जमाना बदललाय फाटलेली नाती

तुटलेली चप्पल शिवायची पद्धत कालबाह्य झाली,

मुबलक पैसा, सारे विकल्प बोटावर उपलब्ध्द,

प्रत्येक गोष्टीची लाईफ कमी होत चालली

शोधती पर्याय, विसरली नाती, मागे लागून

स्टेट्स पॅकेज च्या गेले सारे व्यसनांच्या आहारी,

विसरली आईबाप, करी रेव्ह पार्टी, लिव्ह इन

तर कधी सरोगसी बदलती नाती एका फोनवरी ।

३४. देतच राहावे...

माणूस सुखाच्या शोधात आयुष्यभर पैसा, प्रसिद्धी, संपत्ती ह्याचे मागे धावतो. शेवटी त्याच्या लक्षात येते कि हे खरे सुख नाही. खरे सुख म्हणजे काय? याचे सुंदर रेखाटन कवीने येथे केले आहे.

असता तांदळाचा एक दाणा तोंडात तुझ्या

नका करूस हावं इतर कडधान्याची,

मिळता एक व्हावे संतुष्ट, म्हणे कबिरा मुंगीला

द्या गरजवंताला ठेवा भावना परोपकाराची ।

दिले नाहीत हात देवाने फक्त गोळा करण्यासाठी

घेता एकाने दुसऱ्याने सतत देतच राहावे,

करावी देवाणघेवाण नाही तर बिघडेल समतोल

होता असमतोल अरिष्टाचे धनी ना व्हावे ।

मुक्त हस्ते करा दान, वाढेल संपत्ती

व्हा सुखी लक्ष्मी नांदेल सदैव त्यांचे घरी,

प्रार्थनेसाठी जोडलेल्या दोन हातापेक्षा

मदतीसाठी उचललेला हात लय भारी ।

नका बांधू स्वतःला चौकटीत आनंदाच्या,

मोडता ती जागेल मनी भावना दुःखाची,

उघडा डोळे स्वीकारा सत्य, करा कष्ट;

नका देऊ दुसऱ्या कडे चावी आनंदाची ।

तीन पाने जीवनाची, एक जन्म दुसरे मृत्यू

अगोदरच लिहलेले तिसरे स्वतः भरायचे असते,

असावा मनी प्रेमभाव सहकार्य, चेहऱ्यावर हास्य,

डोक्यावर अपेक्षा चे ओझे घ्यायचं नसते ।

विधात्याने स्वअंश, शरीर देऊन प्रदान करून

दिला जन्म घडवले त्याने मानवतेच्या मंदिरी,

करा अवयव दान वाचवण्या कष्ट मानवजातीचे,

मरणोपरांत नका जाळू त्याना व्यर्थ चितेवरी ।

नका साठवू संपत्ती उधळा जगा श्रीमंतीत,

जाता तुम्ही होईल कारण कुटुंबाच्या विनाशाची,

करा विद्यादान, शिकवता दुसऱ्याला होइल जतन

वाढेल संस्कृती, नाही तर भीती नष्ट होण्याची ।

सदैव देतच रहावे "दान, मान आणि ज्ञान";

का ठेवता अपेक्षा परतफेडीची आणि उपकाराची,

सतत वाहती नद्या पित नाहीत पाणी स्वतः चे,

नाही चाखत झाडे चव आपल्या फळांची ।

३५. फक्त तूच

प्रत्येकाला आपल्या जीवनामध्ये सुख व आनंद पैसा, जिवाभावाची माणसे, चांगले मित्र हवे असतात. कवीने परमेश्वरास काय मागणी केली आहे ते पण पहा.

करण्या उकल आपल्या नात्याची

नाही गुंतायचे मला, से

नितांत सुंदर आनंदी जीवनातील

वात्सल्य रस चाखु दे मला ||

होती बिकट अनोळखी वाट प्रवास

लांबचा आणि तुझी भेट झाली,

सोडूनी घर, रमलीस तू जपले कुटुंबाला,

ठेऊन विश्वास मनोमन साथ दिली ||

नाही डगमगलीस तू कधी रागावून तर

कधी आसवांची कुपी गाळून सावरले घराला,

दिलेस जीवदान, स्थैर्य; संकटे बर्फा सम

विरघळली सावरता सहजीवनाला ||

व्यापले विश्व माझे, भाग्यवान मी;

माझ्या देहात ला 'प्राण' आहेस तू,

हृदयात रुतलेली खट्याळ मूर्ति तुझी

न डगमगणारा 'विश्वास' आहेस तू ||

भेटता तू वाट सोपी झाली प्रेमाची परिभाषा

सहजीवन शिकण्यासाठी तुझी साथ हवी,

दिलाच जन्म विधात्याने पुढच्या जन्मी

मला तर तू आणि फक्त तूच हवी ||

३६. संस्कार कि अहंकार?

जीवनामध्ये यशस्वी होण्यासाठी काहीतरी ध्येय असावे लागते .ते मिळवण्यासाठी अविरत कष्ट करण्याची मनी जिद्द व सातत्य हवे. माणसाला पोटाची भूक, पैशाची कमतरता जगण्याचे खरे शिक्षण देते. मिळालेले यश व वैभव टिकविण्यासाठी सामाजिक सलोखा, कौटुंबिक प्रेम, जिव्हाळा याची आवश्यकता असते. पैशाची अति हाव व गर्व हा माणसाला विनाशाकडे घेऊन जातो हे कवीने नमूद केले आहे.

पाहता नभी दाटल्या शुभ्र चांदण्या

लुकलुती चांद असंख्य तारे,

आठवता भूतकाळ वाटे धावलो

आयुष्यभर सुटत गेले प्रेमळ हात सारे ।

गरिबीत वाढलो झालो डॉक्टर

मिळाले साधन पैसे कमवण्याचे,

पोटाची भूक, पैशाची वानवा, समाजिक

उपेक्षा हिनेच दिले खरे धडे जगण्याचे ।

मिळवल्या पंचतारांकित सुविधा तरी

मिळत नाही सुखशांती ना समाधान,

बदलत नाही चव कॉफीची सोन्याचांदीचे

कपाने असावे त्याचे वेळीच भान ।

पैसा, स्टेटस, प्रसिद्धीचा हव्यास

वाढला दुरावा वाढत गेला अहंकार,

टिकते तीच प्रगती जो करतो कष्ट

ठेउनी विश्वास मनी आईवडिलांचे संस्कार ।

जाणावे कुटूंबाला ना होती सर्व व्यवहार पैशाने

जगण्याचे ते एकमेव साधन नसावे,

असावी जिवाभावाची माणसें, विना फॅमिली

नसे आनंद मुखी सदैव हास्य असावे ।

बोलावे शब्द कमी, असावी समज जास्त,

टिकवावी नाती आत्मविश्वासाने, प्रेमाने

येण्या येथवर ज्यांनी दिले मदतीचे हात,

असावी जान करावी सेवा तयांची प्रेमाने ।

दिली शिकवण कोरोनाने हात धुण्याची

लावली शिस्त स्वछतेची, संयमाची,

तद्वतच धुवावे ह्रदयाला होईल हलकं मन

तर व्हाल सूखि मिटेल चिंता उद्याची ।

घेऊन साथ वर्गमित्राची एकमेका भरवून घास

झालो डॉक्टर, राहिलो एकत्र जपुन मैत्रीचे संस्कार,

असून गरीबी ठेवून स्वत:वर विश्वास केले कष्ट

राबलो अहोरात्र करण्या कुटूंबाचे स्वप्न साकार ।

३७. शपथ ह्रिप्पॉक्रेट्स ची.

कवी स्वतः पेशाने डॉक्टर (physician) असून गेली तीस वर्षे वैद्यकीय सेवेत कार्यरत आहेत. महाराष्ट्रातील विविध जिल्ह्यांमध्ये सरकारी सेवेत असताना रोगांच्या साथी तसेच भूकंपामध्ये रुग्णसेवेत मोठे योगदान दिले आहे. कोरोनामध्ये शेकडो डॉक्टरनी प्राणाची आहुती दिली. तरी देखील डॉक्टर कडे पाहण्याचा दृष्टिकोन बदलत नाही हे पाहून कवीचे मन व्यथित होते.

वाढलो गरिबीत गेली हयात वैद्यकीय सेवेत

केली अखंड सेवा मानवतेची,

आहे गर्व झालो पुजारी मानवतेचा

केली शर्थ जीव वाचवण्याची।

उपसलेले कष्ट, केले अखंड परिश्रम

गेले दशक मिळविण्या पदवी डॉक्टरची,

घेतली मेहनत आईबापानी वाटे जपावे त्यांना,

वाढली किंमत दवाखाना टाकण्याची |

उठता बंदी कोरोनामध्ये दारुसाठी रांगा लावत

एका दिवसात आठ करोड चा चूरा करी,

रोज क्लब बारमध्ये उधळती पैसे गुपचूप

देती कार्ड ,ना कशाचा भाव विचारी |

दवाखान्यात वाचता प्राण होता बरे

ना जानती सेवा करी बिलाचा लिलाव,

करी तोडफोड प्राणांतिक हल्ले आणून पुढारी,

बिलासाठी टाकती डॉक्टर वर दबाव |

आठवते मला एकदा आठवडी बाजारात अचानक

एका तरुणाने समोर येऊन माझा पाय धरला,

घाबरलो मी, तसा म्हणाला “वीस वर्षापूर्वी

आपल्या अंडर सर्पदंशाने दाखल होतो सिव्हील ला |

साऱ्या नी जाहीर केले होते, ' हा मेला' पण

तुम्हीच रात्रभर बसून माझा प्राण वाचवला,

वाटे प्रसन्न स्वाइन फ्लू, सार्स, लेप्टोस्पायरोसिस,

डेंग्यू, एड्स मध्ये यशस्वी उपचार केला |

डॉक्टर आम्ही, भीती जीवाची बनवले तुम्ही

“योद्धा” राबतो देऊन कुटुंबाची आहुति,

ना कर्मचारी ना स्टाफ, एकटा झटतो

वाचवतो प्राण मनी भावना सेवेची |

चढवता पीपीई किट ना मिळे पाणी ना हवा

बंदी नैसर्गिक विधीची ना अपेक्षा मदतीची,

गुदमरून गेला जीव तरी जपतो शप्पथ

“हिप्पॉक्रेट्स”ची, करा कदर कोरोना योद्ध्याची |

३८. माय माझी:

आज सर्व क्षेत्रामध्ये स्त्रिया अग्रस्थानी आहेत . आपल्या कुटुंबाची योग्य ती काळजी घेऊन ऑफिसमधे, व्यवसायात त्या यशस्वीपणे कार्यरत असतात. अशाच एका शिक्षकी पेशातील मुलाने स्वतःच्या आईचे महत्व व योगदान कथन केले आहे.

झाली मुक्त कुटुंबातील यातनामधुनी

निघाली इहलोकी सोडुन माय माझी,

आयुष्य भर वेचले कष्ट जपले मुलांना

वाढवली प्रेमाने वेल कुटुंबाची |

करून पायपीट करून ज्ञान दान

राखले इमान जपले शिक्षकपेशाला,

राहिली ताठ मानेने उभी समाजात

भोगली पदे करण्या सेवा समाजाशी |

होते दुःख गेलात तुम्ही सोडून आम्हा

आठवनीत राहा असु ध्या तुमचा सहवास,

करती वाहवा सारे जण तुमची

केले जीवाचे रान जपन्या कुटुंबास |

मिळो तुम्हा सुख शान्ति समाधान

नको चिंता रहा सुखी जपु आम्ही सर्वास,

आपली आदर्श मूल्ये व शिकवनी ची

धरू कास करू यशस्वी आपल्या स्वप्नास |

३९. आधारवड-अप्पा

आपण आपल्या आयुष्यामध्ये कुणाच्या तरी सावलीत, मार्गदर्शनाखाली वाढत असतो.आपण नेहमीच त्यांच्या सावलीत सुखावतो.असेच एक व्यक्तिमत्त्व (अप्पा भानुशाली) हे सदैव माझ्या पाठीशी उभे राहिले त्यांचे प्रती ही शब्द फुले समर्पित.

सतत वाटे संकट मोचकासम

छाया जणू वडीलासारखी,

मिळाला सहवास आयुष्यभर,

नदीला जणू साथ किनाऱ्याची।

जाता नोकरी दाटली होती दुखे

सुरू होता प्रवास नैराश्याचा,

धरा धीर येती संकटे ह्या वेळ

मिळेल उत्तर दिला मंत्र आनंदी राहण्याचा।

पित्यासम दिली ममता घेऊन गाडीत

भरवला घास कृष्णासम सारथ केले,

असले रागीट करारी जरी होता शांत

असती सदैव प्रेमाने ओथबलेले ।

होता निराश पावले आपोआप वळती

काकीच्या (अप्पाच्या पत्नी) भेटीला,

देई धीर भरवी घास करी सांत्वन

जशी आई आपल्या बाळाला ।

घालण्यासाकडे साई बालाजीला

कुटुंबासमवेत नेऊन प्रवास घडवला,

दिले प्रेम कुटुंबाने सावलीत त्यांच्या

विजनवास माझा उजळून निघाला ।

नसे चिंता येता चाहूल संकटाची

'काकी-अप्पा चा, चेहरा समोर येई,

वाढे मनोबल सामाजिक रुग्णसेवा

करण्याची जिद्द व प्रेरणा आम्हां देई |

प्रार्थना देवाला मिळावा त्यांचा सहवास

माझे हाती घडो त्यांची सदैव सेवा ,

तुका म्हणे ," हेचि दान देगा देवा

त्यांचा विसर मज कधी ना व्हावा" |

४०. अबोल हासरी

आपल्या कुटुंबामध्ये आई-वडील बहिण भाऊ आजोबा एकत्र राहतो. तरी देखील आपले एक कुणाशी तरी एक विशिष्ट नाते जे आपल्या अत्यंत असते बहिणीची ताटातूट झाल्यानंतर जाणवणाऱ्या मनातील वेदना कवीने येथे व्यक्त केल्या आहेत.

का गेलीस दूर तू अचानक

मनी घेऊन स्वप्ने उराशी ?

सावरण्या कुटुंब गेली जिवानिशी

सदैव राहून अबोल मुखाशी |

मांडून डाव संसारी कुटुंबातील

सोंगट्या जपल्यास जिवानिशी,

आयुष्यभर दिल्या यातना त्यांनी

तरी तू आयुष्यभर हसरी कशी? |

राहिलीस मनसोक्त आनंदी गायलीस

गाणी आनंदाने माझे मुलाचे लग्नदिनी

सहज बोललीस विस्कटले कुटुंब

वाटते व्हावे मुक्त या मायाजालातूनी |

येईन तुझ्याकडे राहू तिघे एकत्र

पूर्वीसारखे आपण सारे विसरूनी,

दिवस लहानपणीचे भोगायचे

सारे विसरून पूर्वीसारखे मला सुखाने ।

का राहिलीस अबोल सोसलेस सारे

तरी असे विलक्षण तेज तुझ्या लोचनी,

होता भेट आपुली चेहऱ्यावर असे

हास्य आनंद वाहतसे ओसंडूनी |

४१. मायबाप

ग्रामीण भागातील मुलाचे शैक्षणिक भवितव्य सर्वस्वी घरातील आर्थिक परिस्थितीवर अवलंबून असते. आर्थिक निकड भागवण्यासाठी पालक आपल्या मुलांना शेतावर कामाला पाठवून आपली गरज भागवतात. कालांतराने त्याचे रूपांतर शाळा सोडण्यात होते. कवीच्या वडिलांनी हालाखीची परिस्थिती असतानाही त्यांना शाळेपासून दूर न करता डॉक्टर, इंजिनिअर केले त्याबद्दल कवीनी कृतज्ञता व्यक्त केली आहे.

दिसे दूर आकाशात एक चमकता तारा ,

उजळू पाहे आसमंत करून दूर अंधारा |

कोण तारा ज्यांनी आम्हा प्रकाश दाविला,

भागवण्या गरज राहून उपाशी सोसून कष्ट

कोणी बळ दिले आमच्या शिक्षणाला |

गावभर पाठवती आपली मुले सालाना

शेतावर भागवण्या आर्थिक गरज कुटुंबाची,

आईआण्णा नी एक दिवस ही बुडवू दिली

नाही शाळा असून भ्रांत पोटाची |

असले निरक्षर तरी होते सुसंस्कृत केले
डॉक्टर, इंजिनिअर जगण्याचा मंत्र दिला,
'शिकून मोठा हो' आईने शिकवण दिली
अहोरात्र राबून बाबांनी त्याला अर्थ दिला |

१९७२ च्या दुष्काळात कोणीच नव्हते
वर्गात जाई सारे केंद्रावर खडी फोडण्याला,
लावून चिकाटी शिकवले आम्हा धन्य ते
आई अण्णा सलाम त्यांच्या जिद्दीला |

४२. पुनर्जन्म

आपल्या भावाचे निधन झाल्यानंतर अंतिम विधी करताना कवीला जाणवणाऱ्या वेदना कवितेत व्यक्त करून आदरांजली वाहिली आहे.

खडतर जीवनसागर करून पार आलो होतो आता

कुठे किनारी इच्छा होती एकत्र बसून गप्पा मारण्याची,

नव्हती भीती मरणाची नाही अमर कोणी का नाही

दिली नाही? संधी आप्पाला क्षणभर एकत्र विसाव्याची? |

आयुष्यभर राबलो केली मजुरी नाही केली तक्रार तुला

जेव्हा काहीच नव्हते घरी भागवण्या गरज पोटाची,

राहीलो नागडे गळक्या झोपडीत एका गोधडीत तरी

होतो सुखी करून संवाद राहीलो एकत्र घट्ट कुटुंबाशी।

केलेस डॉक्टर पण बांधलेस हात शेवटी ना दिली संधी

का केलास अन्याय? घेऊन गेलास अप्पाना अकाली,

राहून एकत्र जागवल्या असत्या बालपणीच्या आठवणी

का नाही दिलीस संधी तू आम्हां हितगुज करण्याला? ।

एका विजार शर्टावर झालो होतो जॉईन मेडिकलला

नव्हता पर्याय नाही जाणवली उणीव तेंव्हा काही मला,

अप्पा येता परत भेटीला म्हणे कसा, 'बर नाही दिसत

बापू, तू एकटाच दिसत आहेस विजार शर्ट वाला' |

सुटता कॉलेज घेऊन गेला बाजारात मला एक टेरिकॉट

व दुसरा नांदेड टेरिकोटचा, दोन ड्रेस, बूट घेतले मला,

पाहून प्रेम झाल्या मनी वेदना नोकरी करत असूनहि

पिन लावलेली तुटलेली स्लीपर होतीत्याच्या पायाला।

केले साम्राज्य उभे करत नोकरी घडवलं कुटूंबाला

त्यांच्यामुळेच लाभले वैभव आज चव्हाण फॅमिलीला,

दिलेश दीर्घायुष्य आई अण्णांना, होतो भ्रमात वाटले होते

देशील संधी अप्पा ,बाई ना शेवटी सुखदुःख वाटण्याला।

गुरफटलो होतो रे संसारात सावरण्या घर, सुटत गेले सारे

नेलेस बाई, अप्पाला नाही दिलीस संधी आम्हा भावंडाला

सोसले सारे नाही हार मानणार ,नव्हती भीती आम्हांला।

गेले जरी आई अण्णा होते छत्र "अप्पा "चे केलेस पोरके

दिल्यास खूप अकाली वेदना राहील जाणीव सदा विरहाची,

नको पैसा ,संपत्ती येऊ एकत्र पुन्हा आम्ही सारी भावंडे.

राहू एका छताखाली जपू नाती करू किमया' पुनर्जन्माची' |

४३. शुभेच्छा

प्रत्येक यशस्वी पुरुषामागे एक कर्तबगार स्त्री खंबीरपणे पाठीशी उभी असते.आपल्या पत्नीच्या वाढदिवसा दिवशी कवीने कृतज्ञता व्यक्त करण्यासाठी खालील शब्द सुमन अर्पित केले आहे.

तुझ्या अस्तित्वाचा गंध आज

जीवनी माझ्या मनी दाटून आला,

शब्दरूप केले तुझ्या वाढदिवसी

मी माझ्या मूक्या भावनाला ।

आगमनाने तुझ्या रंगवलेल्या माझ्या

स्वप्नाचा फुलोरा मी आज सजवला,

रमलीस तू विसरून दूर तुझे घर

फुलवलेस तू माझ्या कुटुंबाला |

जीवनाच्या शिखरावर असताना

अपघाताने पाय माझा निखळला,

ना हरलीस तू तुटलेल्या स्वप्नांना बांधून

पुन्हा जीवनाला नव्याने अर्थ दिला |

वाटते अपराधी राहीली अपुरी तुझी

स्वप्ने ना जागलो तुझ्या डॉक्टरी पेशाला,

वाटे गर्व विना तुझ्या नसत्या रुपेरी

कडा आज माझ्या सुखी जीवनाला |

व्यापले विश्व माझे व्हावे नतमस्तक

तुझ्या कष्टाळू प्रेमळ स्वभाव अन् त्यागाला,

मिळावे उदंड आयुष्य लाख लाख शुभेच्छा

हो शतायुषी हिच प्रार्थना तूझ्या वाढदिवसाला |

४४. काशी पूजास्थळ

कवीच्या नातेवाईकांकडून आई-वडिलांच्या लग्नाच्या वाढदिवसाच्या सुवर्ण महोत्सवानिमित्त आमंत्रण आले.आई बाबा विषयी दोन शब्द बोला अशी विनंती केली. त्या उत्सवमुर्ती विषयीचे मनोगत कवीने येथे प्रगट केले आहे.

करती तीर्थयात्रा भेटण्या आतुर

साईबालाजी, कुठे शोधती काशी,

जपून तुम्हा म्हणण्या तथास्तु सदैव

दाराशी नका विसरू आई बाबाशी |

होती झोपडी नाल्यावरी छत आकाशी,

झगडत होती सदैव ऊन पावसाशी,

झिजवली हाडे ,केले कष्ट जपले

कुटुंबाला नाही मानली हार संकटाशी |

जाता घरी नव्हती जागा तरी तयार

स्वागतासाठी ठेऊन आर्जव ओठासी,

दिवसभर दाखवी मुंबई भरवी घास प्रेमाने

देई प्रचिती आपल्या विशाल हृदयाची |

सदैव हासरी केले कष्ट दिली साथ पतीला

सांभाळुन पिलाला जपले कुटुंबाला,

होता लग्न झाली शहाणी विसरली

होता अडचण गेली दूर मनी हाव पैशाची |

आहेत सुखी महालात नाही शिकवा तिला

गर्वाने सर्वांची माऊली म्हणून मिरवती,

नाही डगमगली दिली झुंज कॅन्सरला

मिळाली साथ पुण्याईची पिलाबरोबर राहती |

म्हणती सारे “देव तारी त्याला कोण मारी”

व्हा नतमस्तक तया चरणी आठवून काशी,

करा सेवा मायबापाची घडेल तीर्थयात्रा करा

प्रार्थना देवाकडे त्यांच्या अखंड सहवासाची

www.ingramcontent.com/pod-product-compliance
Lightning Source LLC
LaVergne TN
LVHW090049160826
845672LV00015B/1612

9798892770149